నా ధర్మం...
నా దేశం!

జాతికి జ్యోతి నువ్వు

డా. శ్రీనివాసరావు సూరిశెట్టి

ink Scribe

ink

Na Dharmam...Na Desham!

Publisher: Inkscribe Media Pvt. Ltd

ISBN Number: 9781966421740

విషయ సూచిక

ముందు మాట

ఎన్నో పుస్తకాలు చదివాను, కానీ పక పుస్తకం వ్రాయడం అంటే ఎంత కష్టమో, అందులోనూ ముందు మాట వ్రాయాలన్నా కూడా ఎంత కష్టమో ఇప్పుడు నేను వ్రాస్తుంటే అర్థం అవుతుంది.ఏది ఏమైనా నేను వ్రాసిన పుస్తకం గురించి నేనుకూడా ఎంతో కొంత వ్రాయాలి కదా అనే ప్రయత్నమే ఇది. ఈ పుస్తకం వ్రాయడానికి ప్రేరణ ఇప్పటి పరిస్తితులు. వీటిని చూస్తూ వుంటే ఏమై పోతుందో నా దేశం అనే భయం వేస్తుంది. మెండుగా వున్న దేశ భక్తి తో బ్రిటిష్ వారిని సైతం తరిమి కొట్టిన మనం ఇప్పుడు మాత్రం దేశం అంటే మనకు పట్టనట్లు, దేశభక్తి మనకు అక్కర్లేదు అనేట్లు వుండే ఓ యువత మేలుకో. నీ కోసం యావద్భారత దేశం ఎదురు చస్తూ వుంది. నీ కుటుంబాన్ని, నీ ఇంటిని, నీ వీధిని, నీ గ్రామాన్ని, నీ రాష్ట్రాన్ని, నీ దేశాన్ని కాపాడే దమ్ము, ధైర్యం నీలో మాత్రమే వుంది అని నమ్ముతూ, నీలోని దేశ భక్తిని, నీలో నిద్రాణం అయిన నీ ధర్మాచారణ మేలుగొలుపడానికి నా వాంతు ప్రయత్నం ఇది. ఈ పుస్తకాన్ని మీ ముందుకు తీవడానికి నాకు ఎంతో ప్రేరణ

స్ఫూర్తి దాయుకులు అయిన నా తల్లి, తండ్రులకు, నా భార్యా బిడ్డలకు, నా తోటి మిత్రులకు ధన్యవాదాలు తెలుపు కొంటూ...

శ్రీనివాసరావు సూరిశెట్టి

1

మంత్రం....???

"మననాత్ త్రయాతే ఇతి మంత్రహః"

మననం చేయగా మనల్ని రక్షించేది మంత్రము అని అర్థం,

మననానికే ఇంత శక్తి వుందా అంటే తప్పక వుంటుంది,

కారణం అది ప్రాణాక్షరాలతో నిండి వుండే సంస్కృత పదాలు కనుక,

ప్రాణాక్షరాలు ప్రకృతిలోని శక్తిని నింపుకొని వుండేవి,

ఒక్కో అక్షరం ఒక్కో శబ్దాన్ని సృష్టించి అది ఒక్కో నాడిని ఉత్తేజ పరిస్తే,

ఆ ప్రాణశక్తి మంత్రాక్షరజపంతో మనలోకి ప్రవేశిస్తుంది,

ఇలా బయటనుంచి ప్రాణ శక్తి, లోపలినుంచి నాడి శక్తులు,

మనల్ని జాగృతిచేసి, రక్షిస్తాయి కనుకనే మంత్రాన్ని,

మననాత్ త్రయాతే ఇతి మంత్రహః" అన్నారు....

ఇది ఆస్తికత్వాన్ని ముందుకు తీసుకు పోవడానికో,

లేక నాస్తికత్వాన్ని తరిమివేయడానికో చెప్పేది కాదు,

గాలిలో ఎలెక్ట్రాన్లు, ప్రోటాన్లు వున్నాయని నమ్మే మనం,

ఆ ఎలక్ట్రాన్లను విడగొడిట్టి అణు శక్తిని సృష్టించి,

అన్ని శక్తుల కల్లా అణు శక్తి గొప్పది అని నమ్మే మనం,

అదే అణు శక్తిని మంత్రంతో ఉత్తేజ పరచి శక్తిని పొందడాన్ని ఎలా కాదంటాం, అది కూడా ఒక్కసారిగా కాదు ఒక క్రమ పద్ధతిలో మంత్రోచ్చారణ,

కొద్ది కొద్దిగా మనచుట్టూ అణుశక్తి చేరేటట్లు చేసేదే మంత్రం,

మంత్రం అనేది విశ్వశక్తిని నీలోకి చేర్చే పాస్వర్డ్ లాంటిది,

ఇలా నీలోని నాడీశక్తి, ప్రాణశక్తి క్రమంగా ఏకమై నీ చుట్టూ ఒక "ఆరా" లా చేరిన వేళ,

ఆ "ఆరా" ప్రతి మనిషి చుట్టూ వుంది అని శాస్త్రీయంగా నిరూపించిన వేళ,

మరి మంత్ర శక్తిని ఎందుకు నమ్మరో అర్థం కావడం లేదు,

అందుకే అన్నీ తెలిసిన పాశ్చాత్యులు సైతం మంత్రోచ్చారణ వైపు పోతుంటే,

అన్నీ మనకి అందుబాటులో వున్నా కూడా మనం మాత్రం,

మంత్రానికి చింతకాయలు రాలుతాయా అంటూ హేళన చేస్తాం,

ఎవరో చెప్పారని ముక్కు మూసుకొని మనస్సు నిండా కోరికలతో,

ఏవేవో ఆలోచిస్తూ మంత్రోచ్చారణ చేసే మనంచివరికి ఏఫలితం దక్కక,

అదే చింతకాయ జపం చేయడంలో మునిగి పోతాం,

కానీ మంత్రోచ్చారణ అనేది గురుమంత్రోపదేసం తో మొదలు కావాలి,

మంత్రం యొక్క అర్థం పూర్తిగా తెలిసి వుండాలి,

నిష్కల్మషమైన మనస్సుతో ఏకాగ్రతతో చేయాలి,

అప్పుడే ఆ మంత్రశక్తి మనతో మమేకం అవుతుంది,

ఇలా క్రమపద్ధతిలో ఒక్క సారి ప్రయత్నించి చూడండి,

మిమ్మల్ని మించిన వారు ఎవరూ వుండరు ఈ లోకంలో....

- **డా. శ్రీనివాసరావు సూరిశెట్టి**

2

ఏదేదో మొక్కుతాం...???

అవును ఛాందసవాదులు అనండి, నాస్తికులుఅనండి,

వీరు తరచుగా వాడే పదం,

ఏదేదో మొక్కుతారు అమాయకులు వీళ్ళు అని,

అసలు మన పెద్దవాళ్ళు ఎందుకు అన్నిటికీ మొక్క మన్నారు,

అన్నిటికీ అంటే చెట్టుకు, పుట్టకు, రాయికి, నీటికి, అగ్నికి,

భూమికి...

ఇలా చెప్పుకొంటూ పోతే ప్రకృతి లో ప్రతి వస్తువు ఆరాధ్య
మైనదే,

ఇది మన భారతదేశ వారసత్వ సంపదగా సంస్కృతీ
సాంప్రదాయాల భాగంగా,

మనం మన పెద్ద వారినుంచి నేర్చుకొన్న విషయం,

ప్రకృతి మనకి తల్లి లాంటిది, దానిలో వున్న ఏవస్తువు
అయినా,

మనకి తల్లి తో సమానంగా వుంటుంది మరి తల్లికి మొక్కటం తప్పా?

దానినే ఇప్పుడు మనవాళ్ళు శాస్త్రీయంగా కనుగొన్నారు,

ప్రతి వస్తువులో కూడా మనకి కనబడని ఎనర్జీ వుంటుంది అని,

ఇది మనవాళ్ళు ఎప్పుడో కనుక్కొని ఆ ఎనర్జీ కోసమే,

మనకున్న బలాన్ని, మానసిక స్థైర్యాన్ని పెంచుకోవడం కోసమే,

వాటిని మొక్కాలి, తద్వారా వాటి నుంచి పాజిటివ్ ఎనర్జీ పొందాలి అని,

ఈ సాంప్రదాయాన్ని పెట్టారు మరి అది ఎలా వుంటుందో అంటే,

ఒక్కొక్క ఎనర్జీ పొందడానికి మనవాళ్ళు ఒక్కొక్క మంత్ర ఉచ్చారణ చేయమంటారు,

అది వాళ్ళు చేసి లాభపడి మనకి తరువాత తరానికి అందచేశారు,

అన్ని పక్కన పెట్టినా కూడా ప్రకృతి మనకి జీవం పోస్తుంది,

అమ్మ కడుపున పుట్టిన మనం ఎదగాలి అంటే అమ్మ కాని అమ్మ అయిన,

ప్రకృతి మాత ఒడిలో పెరిగే చెట్టు, చేమ తిని మాత్రమే

మనం పెరుగుతాము కాదని ఎవరైనా చెప్పగలరా,

మరి మన జీవానికి, జీవితానికి ఆధార భూతం అయిన ప్రకృతిని ఆరాధిస్తే తప్పేంటి???

అందుకే ఇవన్నీ పక్కన బెట్టి ప్రకృతిని ఆరాధించే వారికి, ప్రకృతిని ప్రేమిస్తూ దానిని కాపాడే ప్రకృతి ప్రేమికులు అందరకీ, మరొక్కసారి వందనాలు తెలుపోకొంటూ....

- **డా. శ్రీనివాసరావు సూరిశెట్టి**

3

రామనవమి...???

మంచి మాట ఎవరు చెప్పినా వినాలి, మంచి దారి ఎవరిది అయినా కూడా,

అదే బాటలో సాగిపోతూ వుంటే కష్టాలుకడదాకా దరి చేరవు,

దేవుళ్ళ అవశ్యకత మనిషికి ఏమిటి అని అడిగే వాళ్లకు,

అసలు దేవుళ్ళు ఎందుకు ఈ భూమి మీదకు వచ్చారు,

అసలు దేవుళ్ళు అనగా ఎవరు అనే వారికోసం,

మనిషి జీవితగమ్యాన్ని సన్మార్గంలో పెట్టెందుకు,

ఎక్కడో వుండి చెబితే నీకేమిలే ఎన్నైనా చెబుతావు అనుభవిస్తే తెలుస్తుంది అనే మనకి,

మనిషి రూపంలో పుట్టి, కష్టాలు పడినా సన్మార్గం వదలక,

ఎలా ఆదర్శంగా వుండాలో చెప్పే మనిషే దేవుడు,

అటువంటి వారిలో రాముడు అత్యంత విలువైన వాడు,

తండ్రి మాట జవదాటని వాడు, ఏక పత్ని వ్రతుడు...

ప్రజారంజకంగా పరిపాలన సాగించినవాడు,

స్నేహానికి విలువ ఎలా ఇవ్వాలో నేర్పిన వాడు,

తనను ఆరాధించే వారిని ఎలా గౌరవించాలో తెలిసిన వాడు,

ధర్మాన్ని అన్ని వేళలా కాపాడుతూ ప్రజల మాటకు విలువనిచ్చే వాడు...

ఇలా చెప్పుకొంటూ పోతే మంచిమనిషి ఎలా బ్రతకాలో మనకి నేర్పించడానికి,

దివి నుండి భువికి దిగి వచ్చిన ఏడవ అవతార పురుషుడు రాముడు,

అటువంటి నీలమేఘా శ్యాముని జన్మదినోత్సవ నవమి వేడుకలు,

జరుపుకొనే యావత్ రామభక్తులకు శ్రీరామనవమి జన్మ దినోత్సవ శుభాకాంక్షలు...

\- **డా. శ్రీనివాసరావు సూరిశెట్టి**

4

ఎవరికీ సంకెళ్లు....???

ప్రపంచం మొత్తం కరోనాతో కష్టాల్లో పడ్డట్టు నేను కూడా పడ్డాను....

అవి తొలగడానికి మిత్రుని సలహా అడిగితే శివుడ్ని ఆరాధించు అన్నాడు,

నలభై రోజులు శివార్చన చేస్తే కష్టాలు పోతాయి అంటే,

పేరుకి వైద్యుడిని అయినా దైవం మీద నమ్మకం ఎక్కువ కాబట్టి,

ఛాందసాలకు తావులేకుండా అడుగులు పడ్డాయి శివాలయం వైపు,

శివ నామస్మరణ, శివాభిషేకం, శివుని ముందు ప్రార్థన తో కూడిన ధ్యానం,

ఆ ధ్యానంలో నాకు ఎదురుగా అగస్తేశ్వరస్వామి ప్రతిరూపం,

నాకు ఆయనకు మధ్య ఇనుప కటకటాలు అడ్డుగా,

17

అలా కూర్చునే ముందు నాకు తోచే ఒకే ఒక ఆలోచన,

కటకటాల లోపల నేను వున్నానా లేక శివుడు వున్నాడా,

నా వైపు నుంచిచూస్తే ఆయనే వున్నట్లు అనిపిస్తుంది,

కానీ ఆయన వైపునుంచి చూస్తే నేను బందనాలలో వున్నట్లు,

అయినా ఆయన వుండడం ఏమిటి నా పిచ్చి కాకపోతే,

నేనే బంధించి బడి వున్నాను సంసారం అనే బంధాలలో,

బంధాలు, బాధ్యతలు, ఆశలు, కోరికలు వాటితో నేను వున్నాను కటకటాల వెనక,

నేనేమిటి సంసార చక్రంలో పడ్డ ఎవరైనా కటకటాల వెనకాల,

చేతులు జోడిస్తూ ఆయన్ని శరణు వేడాల్సిందే తప్పదు,

బాల్యం, యవ్వనం, యుక్త, నడి వయస్సులు చివరాఖరకి వృద్ధాప్యం,

ఏ వయస్సు కి తగ్గట్లు ఆ వయస్సులో కోరికలు, ఆశలు....

అన్ని చక్కగా జరిగితే పరవాలేదు జరగక పోతేనే,

నాతో పాటు అందరం శివుడ్ని కటకటాల వెనక్కి పెట్టి,

పారిపోయే మార్గం లేకుండా చేసి వచ్చీ రాని ప్రార్థనలతో,

ఆయన్ని విసిగించి ఆయనే తిరిగి నన్ను వదిలెయ్యి మానవా,

నీకు కావాల్సింది నీకు ప్రసాదిస్తాను అనేదాకా వదలం కదా,

సగటు మధ్యతరగతి మానవుని జీవితప్రయాణంలో ఒక ఘట్టం,

కాదు కాదు ఇలాంటి ఘట్టాలు ఎన్నో, మరెన్నో వీరి కష్టాల బట్టి,

మరి మన బంధం శివునితో అంత తేలిగ్గా తెంచేస్తే తెగేదా,

ఎందుకంటే సృష్టి, స్థితి, లయ కారకుడు ఆయనే అయినప్పుడు....

- డా. శ్రీనివాసరావు సూరిశెట్టి

5

దేవాలయం...???

ఈ మధ్యన కొద్దిగా తీరిక దొరకడంతో దేవాలయం వైపు రోజు పడుతున్నాయి నా అడుగులు,

ఏదో శివుడిని దర్శిస్తే కొద్దిగా మనస్శాంతి వస్తుందని అడుగులు అటు వేస్తే,

వున్న శాంతి కాస్తా పోయి ఇంకా చిరాకు ఎక్కువ అయింది,

అది శివుడ్ని చూసి కాదండోయ్, అక్కడికి వచ్చిన జనాన్ని చూసి,

ఏదో గుడికి వచ్చాం ఓం నమఃశివాయ అంటూ జపం చేయకుండా,

ఆ క్యూ లో వినే మాటలు వినలేక చచ్చి పోయి చిరాకు వేస్తుంది,

ఏరా మామ ఆ సినిమా ఎలా వుంది అంటాడు ఒకడు,

అక్కా చీర బాగుంది ఎక్కడ కొన్నవ్ అంటుంది ఇంకొక ఆమె,

మామ నిన్న చెన్నయ్ వెళ్ళాను అబ్బ ఏముందిరా అంటూ మరొకడు,

లేదు లేదు లే నాయనా అయిపోయింది ఏడుపు మానరా అంటూ బిడ్డను సముదాయిస్తు ఒక తల్లి,

ఇంటికి తాళాలు సరిగా వేశావా నీదశలే మతి మరుపు బుర్ర అంటూ మరొకరు,

అబ్బ చికాకుగా వుంది త్వరగా నడవండిరా అంటూ క్యూ ను ముందుకు తోస్తూ ఇంకొకరు,

అంత తొందరెందుకు మీకు అంటూ తిరిగి కేకలు వేస్తూ మరొకరు,

ఈసారి ఎవరు గెలుస్తారు అంటూ రాజకీయవిశ్లేషణ లో మరి కొందరు,

ఇలా ఒకటి కాదు వందల మాటలు ఒకేసారి చెవిన తాకితే,

ఎక్కడెక్కడి మాటలో, ఎప్పుడెప్పుడు పంచాయితీలో,

అది ఒక దేవాలయం, ప్రశాంతత కోసం వస్తాము అనే విషయాన్ని మరచి,

గుర్తుకు రానివి మరీ గుర్తుకు తెచ్చుకొని ఒకరికి ఒకరు చర్చిస్తూ వుంటే,

ఓం నమఃశివాయ అనే మైక్ లోని నామస్మరణ కూడా వినబడక పోతే,

చిరాకు గాక మరేమి వస్తుంది మీరే చెప్పండి, ఇక శాంతి ఎక్కడ...

చివరికి దేవుడ్ని దర్శించే సమయంలో కూడా ఓం నమఃశివాయ అనే ఓపిక లేకపోతే,

అబ్బో ఒక్కరోజు అవన్నీ భరించే ఓపిక లేక నేనే చిరాకు పడుతుంటే,

ఓసారి ఆ శివయ్యను చూసి ఏమిటి తండ్రి నీ పరిస్తితి ఇక్కడ అని అడగ్గా,

పాపం ఆ శివయ్య అన్నీ ఓపిగ్గా వింటూ ఒక పక్క...

మళ్లీ ఆ భక్తులు కోరే కోరికలు ఇంకో చెవితో వింటూ,

అసలు కోరిక ఏదో, వాళ్ళ పంచాయితీ ఏదో అర్థం కాక,

శిలగా మారిన పాపానికి అక్కడినుంచి పారిపోలేక,

ఇదిరా బాబు నా పరిస్తితి అని చెప్పకనే చెప్పినట్టు అనిపిస్తూవుంటే,

ఇదిరా బాబు మనదేవాలయం అంటే అని ఎలుగెత్తి అందరికీ చెప్పాలనిపించీ ఇలా....

- **డా. శ్రీనివాసరావు సూరిశెట్టి**

6

ఎన్నాళ్ళు స్వామి నాకు ఈ కష్టాలు???

ఎన్నాళ్ళు స్వామి నాకు ఈ కష్టాలు???

ఇది ప్రతి మనిషి అనేక సార్లు ఆ దేవుని కొలిచి నప్పుడు అడిగేది,

పుట్టడానికి తల్లి కడుపులోనుంచి బయటకు వచ్చేటప్పుడు,

బయట పడి బోర్లా పడడానికి ప్రయత్నం చేసే టప్పుడు,

లేచి నిలబడి బుడి బుడి నడకలు నడుస్తున్నప్పుడు,

నేర్చిన అక్షరాలు తిరిగి రాయమని టీచర్ అడిగినప్పుడు,

పరీక్ష రాసే ప్రతి సారి క్వశ్చన్ పేపర్ చూసి నప్పుడు,

ఇలా ఏడు, పది, ఇంటర్, డిగ్రీ అంటూ ప్రతి చదువు ముగింపులో,

చదువు అయిన తరువాత ఉద్యోగ వేటలో పడ్డప్పుడు,

ఉద్యోగం తరువాత పెళ్లి అయి పిల్లల పుట్టి పెరిగిపెద్దవాళ్ళు అయ్యేటపుడు,

ఇలా చెప్పుకొంటూ పోతే ప్రతి కష్టం ఎదురు పడ్డప్పుడల్లా ఇదే ప్రశ్న...

ఎన్నాళ్ళు స్వామి నాకు ఈ కష్టాలు???

విచిత్రం ఏమిటి అంటే కష్టాలు మనిషిని వదలవు,

కష్టాలు వుండేదే మనిషి మనుగడ సాగించడానికి,

ప్రతి రెండు కష్టాల మధ్య వుండే సుఖం కోసమే మనిషి పాట్లు,

పరీక్ష పాసైనప్పుడు వచ్చే ఆనందాన్ని పూర్తిగా అనుభవించక ముందే,

మరొక లక్ష్యం ముందుకు వచ్చి కష్ట రూపంలో ప్రత్యక్షమై పోతుంది,

అందుకే మనిషికి సుఖం అనేది తిరుమల కొండపై స్వామి దర్శనం లా,

అటు వచ్చి ఇటు మాయమైపోతుంది అది సుఖం అని గుర్తించే లోపలే

జీవితంలో సుఖం అనేదే లేక ఎన్నాళ్ళు స్వామి నాకు ఈ కష్టాలు??? అంటూ...

మళ్ళీ మొదటికే వచ్చేస్తాడు సుఖం కోసం అర్రులు చాస్తూ....

కష్టాన్ని ఇష్టంగా ఆహ్వానిస్తూ అవి మన తరువాతి జీవితానికి మెట్లుగా భావిస్తే,

ఆ వచ్చే కష్టం కూడా మనకి సుఖంగా కనబడి ఇక ఆ ప్రశ్నే రాదు...

ఎన్నాళ్ళు స్వామి నాకు ఈ కష్టాలు??? అని!!!

- డా. శ్రీనివాసరావు సూరిశెట్టి

7

భగవత్ నింద....???

జీవితంలో ఎప్పుడో అప్పుడు మనం చేసి వుంటాము భగవత్
నింద,

మనల్ని కష్టాలకు గురి చేస్తున్నాడు అనే కసి, కోపం,
నిస్సహాయత,

పైగా అతను తిరిగి మనల్ని నింద చేయడనే ధైర్యం,

విచిత్రం ఏమిటి అంటే విజయం వరించి నప్పుడు మాత్రం,

నేను కష్ట పడి తేనె వచ్చింది అంటూ మనకి మనమే
విర్రవీగుతాం,

అదే ఓటమి గురి అయినప్పుడు మాత్రం భగవత్ నింద చేస్తాం,

నిజానికి రెండూ ఇచ్చేది మాత్రం ఆ భగవంతుడే,

నీ జీవిత గమ్యానికి అతను వేసే మెట్లు లాటివి నీ ఓటమి,
విజయాలు....

నీ విజయం నీకు మంచి అనుభవం కావాలి ముందడుగు వేయడానికి,

నీ ఓటమి నీకు ఒక పాఠం కావాలి తప్పటడుగు సరిదిద్దు కోడానికి...

కానీ మనం మాత్రం మనకు ఏదన్నా కష్టం కలిగితే వెంటనే పైకి చూస్తాం,

ఏమిటి తండ్రి ఎందుకు నాకు ఈ కష్టాలు అని, అంతవరకు కొంతలో కోమ మేలు,

అంతటితో ఆపం కదా దాన్ని ఇతరులతో పోలుస్తాం, నాకే ఎందుకు ఇచ్చావ్ అని,

విచిత్రం ఏమిటి అంటే మనకు కలిగిన దాని కంటే ఇతరులకు కలగలేదు అనే బాధే ఎక్కువ

ఎందుకనే మనం మనుష్యులం, ఈర్ష్య ముందు పుట్టి తరువాత మనం పుట్టాం కనుక..!

- డా. శ్రీనివాసరావు సూరిశెట్టి

8

ఆట కదరా శివా...ఆట కదా కేశవా...!!!

ఆట కదరా శివా...ఆట కదా కేశవా...!!!

జన్మ జన్మ అంటూ నువ్వు అమ్మ కడుపున పుట్టేవు,

ఒంటరిగా పుట్టి ఒంటరిగా మిగిలేవని

ముందునే నీకెరుకనా లేక పూర్వజన్మ అనుభవమా???

పురిటి తాడు నీకు తెగుక ముందే,

గుర్తొచ్చి అది నీవు ఎక్కెక్కి ఏడ్చేవు

నీ ఏడ్పు చూసి ఆనందపడేటి,

తల్లి తండ్రుల కేసి వింతగా చూసేవు,

ఎదుగుతూ నీవు ఆశల్ని పెంచేవు,

ఆ ఆశల వెనుక అలుపెరగక పరిటిగెట్టేవు,

ఎందాక నీ పరుగు అంతులేని నీ ఆశల కోసం,

బంధాలు బరువాయే, బంధుత్వాలు నీకు మిధ్యగా మారె....

ధన మూలం ఇదం జగత్ అని వల్లే వేస్తూ విర్రవీగేవు,
ఆ ధనం కోసం అలుపులేని పోరాటం చేసేవు,
అదేమంటే నా కోసమా ఈ పరుగులు అంటూ,
కుంటి సాకులు చెబుతూ కుటుంబాన్ని అడ్డుగా చేసేవు!!!
రోజుకో ఆట, వారానికో నాటకంలా జీవితాన్నే సినిమాగా మార్చేవు,
తల్లి తండ్రులు, అక్క చెల్లెళ్ళు, అన్నదమ్ములను పాత్రలుగా చేసి,
నీవు ఆడే ఆటలకి భగవంతుడ్ని బాధ్యతగా చేసేవు,
తెలివిగా నీవు తప్పించుకున్నా నీ ఖర్మ నిన్నేల వదిలెరా???
అలసి అలసి నీవు కాటికి చేరిన వేళ,
నీ ఆశలన్నీ అడియాసలాయే,
నీ పరుగులన్నీ వృధా ప్రయసలాయే,
చివరికి అన్నీ ఒకటిగ చేరి...
నిన్ను ఇక్కడ చేర్చిన ఆ పంచభూతాలు,
నీ పుట్టుకనే ఒక ఆటగా చేసి ఈభూమి మీద,
నీ పోకతో ఒక్కసారిగ విడిపడి వాటిలో అవి కలసిపోయే,
ఆట కదరాశివా...ఆట కదా కేశవా...!!

- **డా. శ్రీనివాసరావు సూరిశెట్టి**

9

రక్త సంబంధం...?

రక్త సంబంధం గురించి వాల్మీకి రామాయణం, యుద్ధకాండ,
101 సర్గలో రాముడు,

గాయాలతో వున్న లక్ష్మణుడు ని చూసి చెప్పిన మాటలు...

"దేశే దేశే కళత్రాణి దేశే దేశే చ బాంధవాః |

తం తు దేశం న పశ్యామి యత్ర భ్రాతః సహోదరః ||"

దేశ దేశాలు తిరిగి భార్యను తెచ్చుకోవచ్చు,

దేశ దేశాలుతిరిగిబంధువులను సంపాదించుకోవచ్చు,

కానీ ఎన్ని దేశాలు తిరిగినా, ఎంత కష్ట పడినా సంపా
దించలేనివాడు సహోదరుడు,

తాను పుట్టిన ఉదరములోనే జన్మ తీసుకునే వాడు

సహ వుదరుడు - సహోదరుడు,

నీ తల్లి కడుపున నీతో పాటే పుట్టిన వాడు,

నీలాగే లక్షణాలు అమ్మ కడుపున తెచ్చుకున్నవాడు,

నీ సహ ఉదరుడు...నీ సహోదరుడు

అది సహోదరుడు కానీ సహోదరి కానీ ఇద్దరిదీ ఓకే రక్తం,

అదే ఎవరూ ఎంత కష్టపడ్డా సంపాదించుకోలేని రక్త సంబంధం,

చాలా విలువైనది, ఈశ్వర కటాక్షంతో నీకు దక్కినది,

ఏ తల్లి తండ్రుల కడుపున పుట్టాలి అంటే ఏ మంచి కర్మ చేయాలో,

అలాగే ఎవరి సహోదరుడుగా పుట్టాలి అంటే అంత కంటే మంచి కర్మ చేసి వుండాలి,

ఆ బంధం తల్లి పేగుతో బయటకు వచ్చి తల్లి ఒడిలో ఆటలతో పెరిగేది,

ఆ బంధం తండ్రి భుజాలపై ఎక్కి ఆకాశాన్ని చూస్తూ పెరిగేది,

ఆ బంధం చెట్ట పట్టాలేసుకొని అన్న చెయ్యి పట్టుకొని,

అన్న నడచిన మార్గమే మనకు దిశా నిర్దేశాలు కాగా,

అన్నతో, అడుగులలో అడుగులు వేసి పాఠశాలకు నడచి పెరిగేది,

ఆ బంధం ఒకరి బట్టలు ఒకరు వేసుకొని ఇద్దరూ ఒకటిగా పెరిగేది,

ఆ బంధం ఒకే కంచం, ఒకే మంచం అంటూ ఏకత్వాన్ని ప్రతిబింబించేది,

ఇలాచెప్పుకొంటూపోతే ఇద్దరు ఒకరిగా పెరుగుతూ,

వారితో పాటు వారి బంధాలు కూడా పెరిగిపోయిన వేళ,

ఎందుకో గానీ వివాహబంధం అనేది పడ్డప్పుడు సహోదరబంధం బలహీనమై,

బాధ్యతలు పెరగడమో, లేక కొత్త బంధాలు రావడమో,

సహోదర బంధం మధ్య డబ్బు, దర్పాలు దూరడమో తెలియదు కానీ,

ఆ బంధానికి బీటలు వారి పోయె స్థితిలో వున్నది ఇప్పుడు,

బీటలు వారే బంధానికి మరచిన ప్రేమను తెచ్చి,

మునపటికన్నా బలంగా మరమ్మత్తులు చెయ్యాల్సిన సమయం ఇది,

అన్ని మనవసంబందాల తో పాటు రక్తసంబంధాలు కూడా మాయమై పోతున్న వేళ,

బంధం విలువ గుర్తు చేసుకొని మరీ ఒక్కసారి ఫోన్ చెయ్యండి,

మీ అన్నకో, తమ్ముడికో, చెల్లెలుకో, అక్కకో ఒక్క సారి,

బాగున్నావా అంటూ ఒక పలకరింపుతో,

జరిగే చమత్కారం చూడండి, అది అనుభవం లోకి వస్తె కానీ తెలియదు,

మరి మరచి పోయిన బంధాన్ని తట్టి లేపుదామా...??

మరుగున పడిన ఆప్యాయతల రుచి చూద్దామా...??

- డా. శ్రీనివాసరావు సూరిశెట్టి

10

నాదేశం...నా భారత మాత...!

దేశ ప్రశాంతతను, సౌభ్రా తత్వాన్ని విచ్ఛిన్నం చేయాలని చూసే కుహనా మేధావులారా...

మీ పరిస్తితి ఎలా వుంటుంది అంటే,

నీటి లోని ప్రశాంతతను చెరిపిన రాయి లాగా,

కొద్దిసేపు నీటిలో అలజడి రగిలినా,

ఇంకొద్ది సేపటికి నీరు దాని ప్రశాంతతను తిరిగి పొందుతుంది,

కానీ రాయి మాత్రం అట్టడుగున వెళ్లి పోతుంది,

ఈ నిజాన్ని గుర్తించండి,

ఎందుకంటే తరాలు మారిన, దశాబ్దాలు గడచినా, ఎన్ని రాళ్ళు అట్టగుకు వెళ్లి పోయాయో,

కానీ నా భరత మాత మాత్రం ఎప్పటికీ ప్రశాంతంగానే వుంది...

ఎన్నెన్నో దేశాలు, మరెందరో పరాయి దేశస్థులు...

దశాబ్దాల తరబడి చేస్తూనే వున్నారు దండయాత్రలు,

దోచుకొంటునే వున్నారు నా భారతమాత సిరి సంపదలు,

ఇంకొందరు దేశద్రోహులు దోచిపెడుతున్నారు ఇప్పటికీ మన సౌభాగ్యాలు,

మరికొందరు ప్రయత్నిస్తూనే వున్నారు భారతమాతను కష్ట పెడుదామని,

అన్ని తాత్కాలికంమాత్రమే,

వారికి అప్పటికీ సునకానందాన్ని ఇచ్చినా కూడా,

చరిత్రలో అట్టగుకు చేరిన రాళ్ల వలె వారి స్థానం కూడా అదే,

ఎందుకంటే,

చెరిగితే చెరిగి పోయేవి కాదు మన సంస్కృతి, సాంప్రదాయాలు....

బాంబులు వేస్తే చెదరి పోయేవి కావు మన శాంతి, సౌభ్రాతత్వాలు...

ఇప్పటికైనా వారు గమనిస్తే వారికే మంచిది, ఫలితం లేని శ్రమ వారు చేసేది అని...

నలంద, తక్షశిల, మిథిలా, కాశీ విశ్వ విద్యాలయాలు నాశనం చేద్దామని చూసినా కూడా,

మరెందరో తత్వ వేత్తలను, మహా జ్ఞానులను ఇక్కడినుంచి తరలించినా కూడా...

మన విద్యా, విజ్ఞానాలు ఇప్పటికీ పదిలంగానే వున్నాయి,

మన విద్యా విజ్ఞానాలు తరతరాలుగా మన జీవన విధానాలుగా వున్నాయి కనుక,

తాత నుంచి తండ్రికి, తండ్రి నుంచి బిడ్డకు వారసత్వపు సంపదలు అవి అన్నీ కూడా,

అందుకే నా దేశం, నా భారత మాత ఎప్పటికీ నాకు గొప్ప, నాకే కాదు ఈ విశ్వానికీ గొప్ప.....

- డా. శ్రీనివాసరావు సూరిశెట్టి

11

దేవుడా.. మజాకా..?

రోజులు మారాయి, తరాలు మారాయి వాటితో పాటు ఆలోచనలు మారాయి,

అప్పుడెప్పుడో ఏదో పిచ్చి బుర్రలో పుట్టిన నాస్తికత్వం వెర్రి తలలు వేస్తూ,

దేవుడిని చూస్తే కానీ నమ్మ వద్దు అనే, ఏమిటి పిచ్చి పూజ పునస్కారాలు అనే వారికి,

దేవుడి పుట్టుకను కూడా ఒక హాస్యంగా చిత్రీకరించే వారికి,

అసలు దేవుడు వీరి ముందుకు వస్తే ఒక్క క్షణం తట్టుకోగలరా,

ఆయనకి గనుక తిక్క రేగింది అంటే ఆయన పెట్టే లీలలు ఎలా వుంటాయో ఊహించ నలవి కాదు,

చుట్టూ స్వీట్స్ పెట్టి వంట్లో సుగర్ జబ్బును పుట్టించి ఆపై ఆకలి రేకెత్తిస్తాడు,

సంద్రం మధ్యలో పడేసి దప్పికను సృష్టిస్తాడు,

దెబ్బ మీద దెబ్బ పడుతూ అసలు ఏమిటిరా నా పరిస్థితి అనుకొంటూ,

ఎవరికి చెప్పాలో తెలియక, ఎవరూ మనల్ని పట్టించుకొనే స్థితి లేక,

ఏమీ చేయలేని దిక్కు తోచని స్థితిని ముందు పెట్టి,

ఓ భగవాన్ నీవే దిక్కు అనేలా కల్పించాలి అంటే ఆయనకు ఎంత సేపు,

కాని ఆయన అలా చేయడు ఎందుకంటే ఆయన అందరికీ దేవుడు కనుక..

- డా. శ్రీనివాసరావు సూరిశెట్టి

12

ఏమయింది నా దేశానికి...???

ఏమయింది నా దేశానికి, ఏ పాపిష్టి దిష్టి తగిలిందో ఏమో,

ఎందరో ఎన్నో మరెన్నో విధాలుగా బాధ పెట్టినపుడు కూడా లేదు ఈ స్థితి,

వందల ఏళ్లు ముస్లిం రాజులైన మొఘులులు పాలించినపుడు లేదు,

ఇంకొన్ని వందల ఏళ్లు బ్రిటిష్ వారు పాలించినపుడు లేదు ఈ స్థితి,

ఒకరు వచ్చి ముస్లిం మతాన్ని వదలి, ఇంకొకరు క్రిష్టియన్ మతాన్ని వదిలి,

భరతమాత ముద్దు బిడ్డలను మతాల రూపంలో విడగొట్టినా,

భిన్నత్వంలో ఏకత్వాన్ని గర్వంగా చాటి చెప్పిన నా దేశం,

ఇప్పుడు ఏకత్వంలో భిన్నత్వాన్ని చూడడం మొదలుపెట్టింది,

రామ్, రాబర్ట్, రహీమ్ లు అందరూ ఒకటిగా వుండే వారు ఇప్పుడు,

ఒకరువైపు మరొకరు వేరువేరుగా చూడడం మొదలు పెట్టారు,

స్వయంగా రామలక్ష్మణులే తానిషాకు కలలో కనపడి

గోపన్నను విడుదల చేయించి,

దేవుళ్ళు సైతం పరమరసహనం పాటించిన నా దేశం,

ఇప్పుడు మతాల వారిగా విడిపోయి ఒకరిపై మరొక రు,

మాటల తూటాలతో పాటు, రాళ్ళు రువ్వుకొనే స్థితికి దిగజారి పోయారు అంటే,

ఎక్కడిదీ ద్వేషం, ఎవరు సృష్టించారు ఈ దుర్మార్గపు ఆలోచనలు,

అందరిదీ ఒకే రక్తం అందరం భారతీయులం అని గొప్పగా చెప్పే స్వరాలు,

ఈ రోజు వందేమాతరం అనడానికి కూడా జంకు తున్నాయి అంటే,

కన్న తల్లి కంటే జన్మభూమి గొప్పది అని నమ్మే నా దేశంలో,

ఆ జన్మ భూమికి, ఆ భూమి తల్లికి వందనాలు చెప్ప లేని స్థితి,

స్వార్థ పరుల వుచ్చులలో బందీ అయిపోయిందా నా దేశభక్తి,

మతోన్మాదుల చేతిలో చిక్కి విల విల లాడుతుందా నా దేశ భక్తి?

నీతి లేని రాజకీయ నాయకుల చేత చిక్కి చావ కోల్పోయిందా నా దేశభక్తి,

కారణమేదైనా కూడా నా భరతమాతకు రాకూడని కష్టం మాత్రం వచ్చింది,

అందుకే ఎలుగెత్తి చాటుతున్నా భారతదేశందిక్కులు పిక్కటిల్లేలా,

ఓ భారతీయుడా నువ్వు,

హిందువుకంటే ముందు భారతీయుడవు,

ముస్లిం కంటే ముందు భారతీయుడవు,

క్రిష్టియన్ కంటే ముందు భారతీయుడవు,

ఈ హిందు, ముస్లిం, క్రైస్తవాలు నీ మతాలు అయినా,

అన్ని మతాలు కలసి అన్నదమ్ములవలె బ్రతికే భరత గడ్డపై,

నువ్వు నీ జీవనం సాగించినన్నాళ్లు మరచి పోకు నువ్వు ఈ విషయాన్ని,

నువ్వు అన్నిటికంటే ముందు భరత గడ్డపై జన్మించిన భారతీయుడవు అని,

ఏనాడు అయితే అన్ని మతాల వారు గర్వంగా, సగర్వంగా చెబుతారో,

"బోలో భారత్ మాతాకి జై" అని ఆరోజే నా భరత మాతకు,

ఈ మతతత్వ పిశాచుల నుంచి విముక్తి, దానికై ప్రతి ఒక్క,

భారతీయుడు అహర్నిశలు కష్ట పడతారని ఆశిస్తూ...

నా భారతమాతకు మతతత్వ ఛాందసవాదం నుంచి విముక్తి కొరకు ఎదురు చూస్తూ...

- **డా. శ్రీనివాసరావు సూరిశెట్టి**

13

నా దేశం, నా సంస్కృతి...???

నా దేశం గొప్పది, నా సంస్కృతి గొప్పది...వందలాది ముష్కరులు వచ్చినా,

వేలాది మతోన్మాదులు వచ్చినా,

చెక్కు చెదరక, నిశ్చలంగా వుండే నాదేశం గొప్పది, నా సంస్కృతి గొప్పది...

ఎన్నో మతాలు వచ్చాయి, ఎందరో దేవదూతలు వచ్చారు,

అయినా చెక్కు చెదరక నిలిచిన నాదేశం గొప్పది, నా సంస్కృతి గొప్పది...

అన్ని నదులూ సంద్రంలో కలిసినట్లు, అన్ని సంస్కృతులు నా భరత సంస్కృతిలో కలవాల్సిందే,

ఎందుకంటే నా దేశం గొప్పది, నా సంస్కృతి గొప్పది...

ఎవ్వరినీ దూషించదు, ఎవ్వరి పైనా అసూయ లేదు,

మంచితనం ఎక్కడ వున్నా ఆదరిస్తుంది, అందుకే నా దేశం గొప్పది, నా సంస్కృతి గొప్పది...

మానవత్వం నా దేశ మతం, మంచి తనం నా సంస్కృతి ప్రవృత్తి,

ఇతరులు కించపరచినా, ఇతరులు దూషించినా,

అది వారి సంస్కారం అనే నా దేశం గొప్పది, నా సంస్కృతి గొప్పది...

అలాగని చేత కానిది కాదు, చేవలేనిది కాదు నా మాతృభూమి,

వీరత్వానికి ప్రతీక లైన శివాజీ, ఝాన్సీ లను కన్నది నా దేశం,

సహనం మా వృత్తి, పరమత సహనం మా ప్రవృత్తి,

గౌరవించడం మా సంస్కారం, తేడా వస్తె మెడలు వంచడం తెలిసిన దేశం,

అందుకే నా దేశం గొప్పది, నా సంస్కృతి గొప్పది...

అందరికీ స్నేహ హస్తం, అందరికీ ప్రేమామృతం అందించడం మా అభిమతం,

ఎందుకంటే ప్రతి మనిషి లోను భగవంతుని చూడడం మా మతం,

అందుకే నా దేశం గొప్పది, నా సంస్కృతి గొప్పది...

ఎవ్వరినీ తక్కువ చేయదు, ఎవ్వరికీ తక్కువ చేయదు,

అందరికీ ఇవ్వాల్సిన సమయం అసన్నమైతే వారి వారి వాటా వారికి ఇస్తుంది,

అందుకే నా దేశం గొప్పది, నా సంస్కృతి గొప్పది...

శాంతి సహనం మా ఆచారం, దానికి అడ్డు తగిలితే..అందరూ ఊహించని అశాంతిని మిగల్చడం మా ఆచారం కూడా,

అది వారి గ్రహచారం అయితే మేము ఏమీ చేయలేము,

ఎందుకంటే నా దేశం గొప్పది, నా సంస్కృతి గొప్పది...

తప్పు చేసినవాడిని వాడి చేత తప్పు చేశానని చెప్పుతుంది,

బలవంతం లేదు, బెదిరింపు లేదు వాడు ఒప్పుకొని చావాల్సిన సందర్భం తప్ప,

ఎలాగంటే ఏదో పొడుస్తాను అని గద్దెనెక్కిన పక్క ప్రధానమంత్రి, నేను గాడిదను అని బహిరంగంగా చెప్పు కొన్నట్లు.. అందుకే నా దేశం గొప్పది, నా సంస్కృతి గొప్పది...

- డా. శ్రీనివాసరావు సూరిశెట్టి

14

మతమా నువ్వెందుకు ?

మతం చంపడానికి ఉపయోగ పడితే,

మతం అమాయకుల ప్రాణాలు హరిస్తే,

అది ఏ మతం అయినా...

ఆ మతం నాకు వద్దు అంటూ..

అంటూ ఆ మతస్థులు రోడ్డు పైకి వచ్చిన నాడే,

ఈ భారతావనికి సెక్యులర్ అని పిలవాలి...

అలా కాని నాడు...

నీకు లెక్కకు లేని సెక్యులరిజం నాకు మాత్రం ఎందుకు...

సెక్యులరిజం అంటూ గొంతు చించుకొని అరిసే,

ఆ దేశ ద్రోహులు ఎక్కడ....

వాళ్ళని సుమోటు గా తీసుకొని,

వారిని కఠినంగా శిక్షిస్తే తప్ప...

ఈ మతం పేరున హత్యలు ఆగవు... ఎంత దారుణం...మరెంత దుర్మార్గం !

చూస్తూ ఉంటే గుండె తరుక్కు పోవడం లేదా ఎవరికీ..

ఇంత జరిగినా మతం అంటూ దేవులాడే వాళ్ళని ఏమనాలి ?

- డా. శ్రీనివాసరావు సూరిశెట్టి

15

సాంప్రదాయాలు..?

ఎక్కడ లేని సాంప్రదాయం మనదగ్గర వుంది...

మనల్ని మనం చిన్న చూపు చూసి ఆనందపడడం....

ప్రపంచంలో ఏ దేశం లో లేని సాంప్రదాయం...ప్రజాస్వామ్య
దేశం కదా...

ప్రజాస్వామ్యాన్ని మనం వాడినంతగా మన దేశాన్ని తిట్టడానికి
ఎవరూ వాడరు 🧍🧍🧍

అలా తిట్టే వాళ్ళు ఎప్పుడైనా ఈ దేశం గురించి
పట్టించుకున్నారా,

అంత తీరిక లేదు....

వాళ్ళు అదిచేస్తే పాపం తిట్టడానికి ఎవరూ వుండరుగా....

విమర్శ చేసి నప్పుడు అది ఉపయోగపడేది గా వుంటే
పరవాలేదు,

కానీ అది వారి పైశాచిక ఆనందం తీర్చుకోడానికి అయితే,

పరిస్థితులు ఇలాగే వుంటాయి,

48

ఇంట గెలిచి రచ్చ గెలవ మంటారు పెద్దలు,

కానీ మన వాళ్ళు బయట రచ్చ గెలిచినా,

బయట దేశాల వారి దృష్టిలో గొప్పగా వున్నా కూడా,

బయట దేశాల వారిని కూడా ప్రభావితం చేయగల సత్తా,

మన దేశ విమర్శకుల కు మెండుగా వుంది,

ఎవరిని వదలం, మన దేవుళ్ళ పై మనమే జోకులు వేస్తాం,

పుట్టించిన దేవుడినే వదలక పోతే మన ప్రధానమంత్రి ఎంత వీరి ముందర,

అలాటి వారికి అందరికీ ఒక నమస్కారం పెట్టి మరీ చెబుతున్న,

మీరు దేశాన్ని ముందుకు తీసుకుపోయి నా పరవాలేదు,

దేశం పరువు కోసం పాటు పడక పోయినా పరవాలేదు,

కనీసం మీ స్వంత పరువును పోగొట్టు కోవద్దు,

ఇవన్నీ చూసి బయట జనాలు నవ్వుకొనే రోజు రాక ముందే..
మన సాంప్రదాయాన్ని మారుద్దామ్ మిత్రమా .. ఏమంటావ్

- డా. శ్రీనివాసరావు సూరిశెట్టి

16

అంతః కరణ శుద్ధి...???

బయటకు కనబడే తెల్లటి బట్టలు వేసుకొని శుద్ధిగా ఉండటం కాదు,

మనసా, వాచా, కర్మణా శుద్ధితో ఉంటే దానిని అంతః కరణ శుద్ధి అనవచ్చు,

ఈ శుద్ధి గురించి మాట్లాడినప్పుడు హిందు ధర్మ చక్రం వారి శుద్ధి నియమాలు ఒక్కసారి పరిశీలిస్తే....

"మౌనం మనస్సుని శుద్ధి చేస్తుంది!!!

స్నానం దేహాన్ని శుద్ధి చేస్తుంది!!!

ధ్యానం బుద్ధిని శుద్ధి చేస్తుంది!!!ప్రార్థన ఆత్మను శుద్ధి చేస్తుంది!!!

దానం సంపాదనను శుద్ధి చేస్తుంది!!!

ఉపవాసం ఆరోగ్యాన్ని శుద్ధి చేస్తుంది!!!

క్షమాపణ సంబంధాలను శుద్ధి చేస్తుంది!!!"

మౌనం, స్నానం, ధ్యానం, ప్రార్ధన, దానం, ఉపవాసం, క్షమాపణలనే

ఈ సప్త లక్షణాలు,

మనిషి అలవరచుకొంటే అంతః కరణ శుద్ధితో పాటు తాను శుద్ధిగా మరడమే కాదు,

తనచుట్టూ వుండే సమాజానికి కూడా ఈ సప్త లక్షణాలను పరిచయం చేసి,

ఈ సమాజాన్ని కూడా శుద్ధిగా చేసి నిర్మలమైన సమాజాన్ని నిర్మించవచ్చు,

ఇవి విన్న తరువాత మన నోటినుంచి వచ్చే ఒకే ఒక మాట,

చెప్పేది ఎన్నైనా చెబుతారు చేస్తే తెలుస్తుంది పాటించడం ఎంత కష్టమో అని,

మీరన్నది అక్షరాలా నూటికి నూరు శాతం నిజమే కానీ అన్నీ కాకపోయినా,

వాటిలో కొన్ని, మనకు నచ్చినవి, మనం చేయగలిగినవి చేయడానికి,

మనవంతుమనం కృషిచేయడంలో తప్పులేదు కదా మిత్రమా!!!

- డా. శ్రీనివాసరావు సూరిశెట్టి

17

కశ్మీరీ ఫైల్స్...

కశ్మీరీ ఫైల్స్, అందరూ ఆసక్తిగా చూసినట్లే నేను చూసాను,

నాకు అర్థం అయిననది మీతో పంచుకుంటున్నాను ఇలా,

కానీ అందరూ అనుకున్నట్లు అది రెండు మతాల ఘర్షణ కాదు,

రెండు దేశాల పోటీ కాదు కశ్మీర్ ను అందుకోవడానికి,

అది ఒక సంస్కృతి, సంప్రదాయాల పైన దాడి,

సంస్కృతి, సంప్రదాయాలను కనుమరుగు చేయాలనే క్రూర ఆలోచన,

దానికి ఫలితంగా ఆ సంస్కృతి, సంప్రదాయాలను మోసే వారు బలి అయ్యారు,

వారు కష్మీరి పండిట్ లా, సిక్కులా, కృష్టియన్ లా అని కాదు,

అందరూ బలి అయ్యారు కాకపోతే వాటిని ఎక్కువగా

భుజాన ఎత్తుకునే,

వారు మన కశ్మీరీ పండిట్ లే ఎక్కువ కాబట్టి దెబ్బ ఎక్కువుగా వారికి తగిలింది,

సినిమా ఆఖరున హీరో మాటల్లో చెప్పి నట్లు,

కశ్మీర్ అనేది ఒక ప్రాంతం కాదు, ఒక విజ్ఞానాల ఘని,

దేశం నలువైపులనుంచి ఇక్కడకు వచ్చి, తపస్సు చేసి...

ఎన్నో వాటిని ఆవిష్కృతం చేసిన గొప్ప అశ్చర్యాల గడ్డ కశ్మీర్,

ఎన్నో మతాలు, మరెన్నో సంప్రదాయాలు, ఇంకెన్నో ఆచారాలు,

కనిష్కులు, మొఘలులు, దుర్రానిలు, సిక్కులు, బ్రిటిష్ వారు...

ఇలా ఎంతమంది రాజులు, రాచరికాలు మారినా కూడా,

కాశ్మీర్ అందరి నుంచి ఎన్నో విషయాలు పొందుపరచు కొని,

ఇంకొంత అందంగా, మరికొంత మెరుగ్గా, సరికొత్త అందాలు కూర్చుకొని,

మరింత అందంగా తయారు అయినా రాజకీయ నిర్ణయాల వల్ల,

ఎప్పుడు అంతర్గత కలహాలతో, కుమ్ములాటలతో నిండి పోయి...

ఒకప్పుడు ముస్లింలు, ఇంకొక్కప్పుడు హిందువులు మరొకప్పుడు సిక్కులు...

ఇలా బలి అవుతూ ఇప్పటి రెండుముక్కల కశ్మీర్ గా మారి,

రెండు దేశలామధ్య ఎప్పటికీ తీరని సమస్యగా మిగిలి పోయింది,

ఇది నాకు తెలిసిన కశ్మీర్ చరిత్ర, దానిలో భాగమే ఈ కశ్మీర్ ఫైల్స్....

చరిత్ర కొండంత కానీ దానిలో చూపించింది ఇసుక రేణువు అంత,

ఈ ఇసుక రేణువు చూసే మనవాళ్ళు భావోద్వేగంకి లోనూ అయితే....

మొత్తం చరిత్ర అంతా సినిమాగా చూపిస్తే ఇక చెప్పనలవి కాదు వీరి ఆవేదన....

         - డా. శ్రీనివాసరావు సూరిశెట్టి

18

తొక్కే వాళ్ళు, మొక్కేవాళ్ళు, చెక్కేవాళ్ళు...???

తొక్కే వాళ్ళు, మొక్కేవాళ్ళు, చెక్కేవాళ్ళు...???

ఇలా మనచుట్టూ ఉన్నవాళ్ళని విడదీసి చూస్తే, ఈ ముగ్గురు కనబడతారు,

మొదటి రకం తొక్కే వాళ్ళు, ఇప్పటి లోకంలో ఎక్కువగా ఉన్న వాళ్ళు,

పోటీ అనే పదాన్ని అడ్డం పెట్టుకొని వారు ఎలా ఎదగాలో ఆలోచించడం మాని,

మనల్ని ఎలా తొక్కి పైకి రావాలో ఎక్కువగా ఆలోచించే వాళ్ళు,

విచిత్రం ఏమిటి వింటే వీరు ఎక్కువుగా గుప్తంగా వుంటారు,

ఒక్కోసారి ఈ తొక్కే వాళ్ళు వీరు అని తెలిసి నపుడు ఆశ్చర్య పోవడం మన వంతు,

బయటికి మనతో ఎంతో ప్రేమగా మసలుకొని, అన్ని లోపలే చేస్తారు,

అందుకే ఏ మాత్రం వాసన వచ్చినా కూడా వీరితో చాలా జాగ్రత్త పడాలి,

రెండవ రకం మొక్కే వాళ్ళు, మనం బాగా ఎదిగి నప్పుడు,

మన నుంచి ఏదో ఒక సాయాన్ని ఆశించే మనచుట్టూ తిరుగుతారు,

వీరితో ఏ ఇబ్బంది లేకపోయినా కూడా ఒక్కోసారి వీరికి కావాల్సింది అందకపోతే,

ఈ మొక్కే వాళ్ళు తొక్కేవాళ్ళ జాబితాలో చేరడం ఖాయం,

ముఖస్తుతికి మనల్ని సృష్టించిన ఆ బ్రహ్మ కూడా దాసుడు అయిపోతాడే,

ఇక సాధారణ మానవులం మనమొక లెక్కా వీరి మొక్కుడికి,

ఏది ఏమి అయిన వీరు మన దగ్గర ఉండటం మనకు ఆనందంగా ఉన్నా,

వీరి వల్ల మనకి ఏ ఉపయోగము లేదు, ఒక్క మానసిక సంతోషం తప్ప...

మూడవ రకం చెక్కే వాళ్ళు, మన బాగు కోసం, భవిష్యత్ కోసం,

చిన్నప్పటినుంచి మనతో ఉండి ఎప్పటి కప్పుడు మన లోపాల్ని సరి చేస్తూ,

మన వృద్ధిని, మన సంతోషాన్ని ఎల్లప్పుడూ కాంక్షిస్తూ వుండే వారు,

ఒక్కక్క స్టేజ్ లో ఒక్కొక్కరు వుంటారు వీరు, అతి ముఖ్యమైన వారు వీరు...

తల్లి, తండ్రి, గురువు, స్నేహితులు ఈ కోవలకే వస్తారు, విచిత్రం ఏమిటి అంటే,

మననుంచి ఏమి ఆశించకుండా అన్ని చేసినా కూడా వీరికి ఇవ్వాల్సిన స్థానం ఇవ్వడంలో,

మనం ఎప్పుడూ వెనుక పడే ఉంటాము, ఎందుకంటే....

వీరితో మనం ఎలా ప్రవర్తించినా కూడా వీరి ప్రవర్తన లో మార్పు రాదు,

ఎందుకంటే మనమంటే ఏమిటో వీరికి తెలిసినంతగా ఎవరికి తెలియదు కనుక,

ఇప్పటిదాకా జరిగిపోయిన కాలాన్ని కాలానికే వదిలి వేసి ఇప్పటికి అయినా,

మనం ఎవరి మధ్యలో ఉన్నాం, ఎవరికి మనం ప్రాముఖ్యత ఇస్తున్నాం అని,

ఒక్కసారి కళ్ళు మూసుకొని ఆలోచించి ఈ చెక్కే వాళ్ళను గుర్తించి,

వారి సాంగత్యంలో ఎక్కువ సమయం కేటాయిస్తే అదే మన బంగారు భవిష్యత్తుకు బాట...!

- డా. శ్రీనివాసరావు సూరిశెట్టి

19

లింగాభిషేకం...???

అభిషేకం గురించి చెబుతూ గరికపాటి వారు ఏమన్నారు అంటే?

అభిషేకం అనేది విగ్రహానికి చేయరాదు, లింగానికి మాత్రమే చేయాలి, ఎందుకలా?

అభిషేకం చేసినపుడు చేసిన వాడిన ద్రవ్యాలు అన్ని కిందకు పోవాలి, ఏదీ అక్కడ నిల్వరాదు,

లింగం అయితే అన్ని కింద పడిపోతాయి, విగ్రహానికి పడవు, అందుకే...

శివునికి అభిషేకం చేస్తాం, విష్ణువునకు చేయము, పూలతోనే పూజిస్తాము అంటూ,

అభిషేకం అర్థం ఏమిటి అంటే ఇక్కడ ఉన్నవి అన్నీ ఇక్కడే వదిలి వెళ్ళాలి,

ఎలా అయితే అభిషేకానికి వాడిన నీరు, పాలు జారికిందకు పడతాయో,

అలా ఇక్కడమనకు ఉన్నవి అన్నీ ఇక్కడే వదిలి వేసి వెళ్ళాలి,

చిన్నప్పుడు మాట వస్తుంది, అదే వృద్ధాప్యంలో పడి పోతుంది,

చిన్నప్పుడు నడక వస్తుంది, అదే వృద్ధాప్యంలో పోతుంది,

చిన్నప్పుడు అమ్మను గుర్తించే తత్వం వస్తుంది, అదే వృద్ధాప్యంలో పోతుంది,

ఇలా చెప్పుకొంటూ పోతే ఇక్కడ మనకు పుట్టకతో లేనివి,

పుట్టిన తరువాత ఒకదాని తరువాత ఒకటి వచ్చి అదే వృద్ధాప్యంలో పోతాయి,

ఇక్కడ మనం సంపాదించిన డబ్బు, ఆస్తి, ఐశ్వర్యాలు అన్నీ ఏవి శాశ్వతాలు కాదు,

ఒక్క కర్మ ఫలితమే నీతో వస్తుంది ఈ శివం శవంగా మారిన తరువాత అని,

అదికూడా ఆ శివునితో కూడిన కర్మఫలం, శివార్చన చే కలిగిన కర్మ ఫలం,

అందుకే అన్ని ఉన్నప్పుడే దైవ చింతన అవసరం, ఏది ఏమిటో గుర్తించలేని వృద్ధాప్యంలో,

నీవు శివార్చన చేయగలవా, ఒకవేళ చేసినా అది ఎవరికి చేస్తున్నావో నీకు తెలుసా,

ఇప్పుడే పూజలు ఎందుకు ఈ వయస్సులో అనుకునే వారికి అందరికి,

అర్థం అయ్యేట్లు చెప్పిన గరికపాటి వారికి ధన్యవాదాలు తెలుపుతూ,

- డా. శ్రీనివాసరావు సూరిశెట్టి

20

ప్రార్థన...???

ప్రార్థన, ప్రయత్న పూర్వకంగా మనసా వాచా అర్థించడం,

అటువంటి ప్రార్థనలు అనేకం ఉన్న అన్నిటికన్నా మిన్న ఇదే,

భోజనం ముందు భగవంతునికి ధన్యవాదాలు తెలిపే ప్రార్థన...

ఈ దేహం నడవడానికి శక్తిని సమకూర్చే ఆహారాన్ని అందించిన,

ఆ దేవదేవుడికి కృతజ్ఞతా పూర్వకమైన నమస్కారాలతో ప్రారంభ అయి,

ఆ దేవదేవుడిని ముందుగా తాను సమకూర్చిన ఆహారాన్ని తానే స్వీకరించమని కోరుతూ,

అదే ఆహారం లేని వారందరికీ ఆహారం అందే ప్రక్రియ మానుష్య రూపంలో అందేలా,

అనగా ఆహారం లేని వారికి తోటి మనుష్యులే ఆహారం అందించేలా,

వారి మనస్సులో ఆలోచన జనింపచేసి లేని వారికి క్షుద్బాధ తీరేట్లు చేయమని,

మన ఒక్క ఆలోచన అనేక దయార్ద్ర హృదయాలలో సాయం చేసే ప్రక్రియ గా మారి,

మనచుట్టూ ఉండేవారి ఆకలిబాధను కూడా మన ప్రార్ధనచే క్షుద్బాధ రహితులను చేయడం,

ఇది మన పెద్దలు చెప్పే అన్ని ప్రార్ధనలో కెల్లా ఉత్తమమైనది,

మనం ఎప్పుడో మరచిపోయి వదిలివేసిన మన ఆచారం,

నువ్వు, నిన్ను సృష్టించిన వారు, నీ తోటి వారు అందరూ సంతోషంతో,

ఆనందంగా గడిపేటట్లు చేయు ప్రక్రియ నే ఈ ప్రార్ధన,

సమాజం సంతోషమే మన సంతోషంగా మారే ఈ ప్రార్ధనా ప్రక్రియ,

ఇప్పటికైనా దీని అర్ధం ఎరిగి మనం అందరం పాటిద్దామని,

మనతో పాటు చుట్టూ వుండేవారు కూడా ఆనందంగా వుండాలని ఆశిస్తూ.....

- **డా. శ్రీనివాసరావు సూరిశెట్టి**

21

రామా రామా రామా...???

రామా రామా రామా అంటూ రామకోటి రాసేటి భక్తులు వున్న ఈ భూమిలో,

అసలు ఎందుకు రాముడిని పూజించాలి, ఆయన జీవితం అంతా కష్టాల మయం కదా,

అని ఎవరన్నా ప్రశ్న వేస్తే, దానికి సద్గురు చెప్పిన సమాధానం ఇలా ఉంది,

రాముడు జీవితం అంతా కష్టాల పాలే, ఇది నిజం రాజుగా పుట్టి...

పట్టాభిషేకం పూర్తి అయిన వెంటనే తండ్రి మాట జవాదాటక...

భార్య, తమ్ముడితో కలసి అడవి బాట పట్టారు, రాముడు...

అక్కడ భార్యను రావణుడు ఎత్తుకు వెళ్లగా భార్య కోసం అతని పై యుద్ధం,

ఎందరినో సంహరించి భార్యతో ఇంటికి వచ్చిన వెంటనే,

పడ్డ నింద తొలగించుకోవడం కోసం గర్భవతిని అయిన సీతను అడవి బాట పట్టించాడు,

మళ్ళీ స్వంత బిడ్డలతోనే యుద్ధాన్ని సాగించి చివరికి ఎవరూ చేయలేని పని,

స్వంత బిడ్డలనే సంహరించి నంత పనిచేసి సమయానికి సీత రావడం తో,

కన్న బిడ్డలనే చంపుకున్నాడు అనే అపవాదు నుంచి బయపడ్డాడు,

రాజుగా పుట్టినా కూడా ఏ సుఖాలు అనుభవంచక కష్టాలతోనే కాపురం చేసిన రాముడిని,

మనం ఎందుకు దేవుడిగా కొలుస్తున్నాము అనే ప్రశ్నకు సమాధానం,

అన్ని కష్టాలలోను ధర్మం తప్పక ప్రవర్తించినవాడు రాముడు,

బిడ్డగా తండ్రి మాట జవాదాట కూడదు, ఎన్ని కష్టాలు వచ్చినా కూడా,

భర్తగా భార్య క్షేమ సమాచారాలు చూడాల్సిన బాధ్యత భర్తదే,

రాజుగా అందరికి ఆదర్శ ప్రాయాడుగా ఉండటం కోసం స్వంత వాళ్లనే దూరం చెయ్యడం...

ఎన్నో కష్టాలుఅనుభవిస్తూధర్మంతప్పక ఎలా నడుచుకోవాలి,

అని మన అందరికి ధర్మం యొక్క ఆవశ్యకతను తెలియ
చేసారు కాబట్టే,

రామా, రామా, రామా అంటూ ఈనాటికి ఆయన్ని
పూజిస్తున్నాం,

దేవుళ్ళు కదా ఎలాగైనా బ్రతుకుతారు, మనిషిగా బ్రతికి,
మనిషి

కష్టాలు,

అన్నీ అనుభవించి అప్పుడు చెప్పండి ధర్మం అంటే ఏమిటో
అని ప్రశ్నించే,

అల్ప మానవుల నోరు మూయించడానికే మనిషిగా అవతారం
ఎత్తి ఆచరించి చూపారు, రాముడు....

అందుకే అయ్యాడు ఆ కోదండ రాముడు అందరికి ఆరాధ్య
దైవం....

- డా. శ్రీనివాసరావు సూరిశెట్టి

22

హిందుత్వం అంటే
ఏమిటి???

హిందుత్వం అంటే ఏమిటి, హిందువులు ఎందుకు అన్నిటినీ పూజిస్తారు?

హిందువులకు అంత మంది దేవుళ్ళు ఎందుకు ?

చెట్టును పూజిస్తారు, భూమిని పూజిస్తారు, రాయినిపూజిస్తారు,

అసలు హిందువుల దృష్టిలో భగవంతుడు ఎవరు?

ఇది మోటివేషనల్ స్పీకర్ సందీప్ మహేశ్వరి ని అడిగిన ప్రశ్న,

దానికి ఆయన సమాధానం ఒక్కటే,

ఒక మతం వారు ఒకరే దేవుడు, మిగతా వారు అందరూ దేవుళ్ళు కాదు అంటారు,

67

ప్రపంచంలో ఏ మతాన్ని తీసుకో అదరికి ఓకే దేవుడు వుంటాడు,

కానీ హిందువులకు మాత్రమే ఎక్కువ దేవుళ్ళు అదే మీరు చెప్పినట్లు,

చెట్టును పూజిస్తాడు, పుట్టను పూజిస్తాడు, పాముని పూజిస్తాడు,

గోవును పూజిస్తాడు, రాయిని పూజిస్తాడు ఇలా చెప్పుకొంటూ పోతే,

ప్రకృతి లోని ప్రతి వస్తువును పూజిస్తాడు ఎందుకు అంటే,

హిందువు ఒక్కడే అన్నిటిలో దేవుడిని చూస్తాడు,

తన చుట్టూ వున్నవి అన్ని కూడా భగవంతుని రూపాలే అను కొంటాడు,

చివరికి తన మతం కానీ వ్యక్తి వచ్చి ఎదురుగా నిల బడ్డా కూడా,

నమస్తే అంటాడు...నమస్తే అంటే నమః అస్తు...

అంటే నీలోని ఆత్మకు నేను ప్రణమిల్లుతున్నాను అని అర్థం,

అంటే ఏ మతం వారు వచ్చినా కూడా వారి ఆత్మలో దేవుడిని చూస్తాడు,

ఆ దేవుడికి ప్రణామం చేసి ప్రార్థన రూపంలో నమస్తే అంటాడు,

అందుకే ఏ హిందువు తన చుట్టూ వున్న ప్రకృతి అంతా దైవ స్వరూపం అంటాడు,

అందుకే ఇతర మతాల వాళ్ళు దేవుడి పేరు చెప్పి మతాలు మార్చినా,

తమ దేవుడే గొప్పవాడు అని వాదనలు చేసినా కూడా,

హిందువు అలా చూడడు, వాళ్ల లోనే దేవుడిని చూసిన వాడు,

వాళ్ల దేవుళ్లలో దేవుడిని చూడలేడా ? తప్పక చూస్తాడు,

అందుకే నిజమైన హిందువు ఎవడూ దేవుడి పేరు చెప్పి గొడవ పడడు,

ఎందుకంటే సర్వాంతర్యామి ఆయనే అయినప్పుడు

ఆయన వునికి కోసం గొడవ పడడమా,

ఎంత మంచి వివరణ, నేను ఎప్పుడూ ఇలాంటి వివరణ వినలేదు,

అందుకే మీ కోసం ఇలా పంచుకుంటున్నాను, ఇక్కడ...

- **డా. శ్రీనివాసరావు సూరిశెట్టి**

23

దినోత్సవాలు ????

మాతృ దినోత్సవం, పితృ దినోత్సవం, మహిళా దినోత్సవం...

ఏమిటి ఈ దినోత్సవాల గొడవ,

ఈ దినోత్సవాలు మన సంప్రదాయంలో వున్నాయా?

అంటే ఈఉత్సవాల వేళమాత్రమే వారిని గౌరవించాలా???

తల్లికి, చెల్లికి, అన్నకి, అక్కకి, నాన్నకి అప్పుడు మాత్రమే శుభాకాంక్షలా,

ఎంత ఆలోచించినా అర్థం కాని ప్రశ్న అయిపోయింది,

ఆడ వారు తల్లిగా, చెల్లిగా, భార్యగా ఏ రూపంలో ఉన్నా,

వారికి ఇవ్వాల్సిన గౌరవం వారికి ఇవ్వడమే మన సంస్కృతి,

అలాగే తండ్రి, అన్న, భర్త లకు కూడా వారితో సమానంగా గౌరవం,

బంధాలు ఏమైనా ఒకరిని ఒకరు గౌరవించుకోవడం,

ఒకరితో మరొకరు ప్రేమగా మసలుకోవడం,

ఒకరికి కష్టం వస్తే మరొకరు అండగా వుండడం,

ఒకరి ఆనందంలో మరొకరు పాలు పంచుకోవడం,

ఒకరు కిందపడిపోతూ ఉంటే మరొకరు ఆదుకోవడం,

ఇది కదా మన సంస్కృతి, సాంప్రదాయాల సారం,

మరి వాటిని వదిలేసి ఈ దినోత్సవాల వెంట పడటం
సమంజసమా???

మందు మనల్ని మనం గౌరవించుకొందాం,

మనల్ని మనం గౌరవించుకొన్నట్లె మన చుట్టూ ఉన్నవారిని
గౌరవిద్దాం,

ఇలా చేస్తూ వెళ్లి నట్లయితే ఈ దినోత్సవాలు అవసరం
ఉందంటారా మిత్రులారా ???

- డా. శ్రీనివాసరావు సూరిశెట్టి

71

24

మృత్యు ఘడియ...???

మనిషి తనలోకి తాను తొంగిచూసుకొనే ఘడియ ఇది,

ఎవరన్నా మీకు రేపటిలోగా చనిపోతారు అన్నప్పుడు మీ అంత బిజీ పర్సన్ ఇంకొకరు వుండరు,

తాము చేసిన తప్పులు, మోసాలు వాటితో పాటు బాధ్యతలు,

ఇలా ఒకదాని వెంట మరొకటి మీకు గుర్తుకు వస్తూ మీరు చేయాల్సినవి ఎక్కువ,

కానీ జీవితకాలం మీకు దక్కినా కూడా మీకు దొరికే ఆఖరి క్షణాలు తక్కువ,

మనిషి తనలో తాను అంతర్మధనం చేసుకొంటూ ఒరేయ్ ఇలా ఉంటే బాగుండేది కదా,

నేనేమిటి ఇలా వృధా చేసాను ఈ జీవితకాలం అంతా కూడా,

ఓ భగవంతుడా కొద్దిగా సమయం పెంచు మారి మరీ చూపిస్తాను,

ఎందుకో గానీ నాకు నాకుగా నేను నచ్చడం లేదు, ఇంత చెత్తగా ఉన్నానా ఇన్నిరోజులు,

అంటూ ఒకదాని వెంట మరొకటి ఆలోచనలు చుట్టి ముట్టగా,

ఆలోచనలు దాటి మీ చేతలు ముందుకు పోవాలి అన్నా కూడా,

ఉన్న సమయం ఎంత ఉన్న మీకు సరిపోక తిరిగి అసంతృప్తితో వెళ్ళిపోతారు,

కానీ ఈ ఆలోచనలు మనం మనతో జీవితకాలం ఉన్నపుడు చేసి ఉంటే,

ఒక్కసారి ఆలోచించండి అందరూ కూడా రేపే మన ఆఖరి రోజుగా తలచి,

మన ప్రవర్తన లో వచ్చే మార్పును స్వాగతించి చూడండి,

మిమ్మల్ని మించిన మంచి మనిషి, ఆదర్శప్రాయుడు ఈ భూమి మీదే దొరకరు,

మీలోని మంచి మనిషిని వెలికి తీయడానికి మళ్ళీ మళ్ళీ మీరు,

ఆఖరి ఘడియలను తలచుకొంటూ ఉంటే, ఇలా అందరూ ఆచరిస్తే,

73

ఈ భూమి పైన మంచి తప్ప మరొకటి నిలిచే ధైర్యం చేస్తుందా మిత్రమా,

మరి మనం కూడా ఒక్కసారి మన మార్పుకోసం ఆఖరిఘడియను ఆహ్వానిద్దామా???

- డా. శ్రీనివాసరావు సూరిశెట్టి

25

అత్యుత్తమ గురువు...???

మనిషికి అత్యుత్తమ గురువు ఎవరు అని అడిగితే అతనికి
వచ్చిన కష్టం అంటాను, కాదంటారా!!!

కష్టం మనిషికి అన్నీ నేర్పుతుంది, నేర్చుకొనేలా చేస్తుంది...

కష్టం మనిషికి బ్రతుకు విలువ నేర్పిస్తుంది,

కష్టం మనిషికి డబ్బు సంపాదన ఎలాగో నేర్పుతుంది,

కష్టం మనిషిలోని తన స్థాయిని ఎత్తి చూపుతుంది,

కష్టం మనిషి వెళ్లాల్సిన స్థాయికి గమ్యాన్ని చూపుతుంది,

కష్టం ఎదుటివాడి సాయం గొప్పదనాన్ని చూపుతుంది,

కష్టం ప్రక్కవాడి విలువను కళ్లకు కట్టినట్లు చూపుతుంది,

కష్టం బంధాల, బంధుత్వాల మంచితనాన్ని గుర్తుకు తెస్తుంది,

కష్టం అప్పుల ఎడబాటు విలువను రుచి చూపిస్తుంది,

కష్టం మనిషిలోని కసిని పెంచుతుంది, దాగిన నైపుణ్యాన్ని
బయటకు తీస్తుంది,

కష్టం మనిషికి వచ్చిన అవకాశాల విలువను లెక్కకట్టిస్తుంది,

కష్టం మనిషిని విద్యావంతుడిగా తీర్చి దిద్దుతుంది,

కష్టం తనలోని బలహీనతలని బయటపెడుతుంది,

కష్టం తనలోని బలం యొక్క శక్తిని అవిష్కరిస్తుంది,

కష్టం ఆకలి భారాన్ని రుచి చూపించి, అన్నం విలువను చెబుతుంది,

కష్టం నీలోని వినయాన్ని బయటకు చూపిస్తుంది, ఒదిగి ఉండటం అలవాటు చేస్తుంది,

అందుకే కష్టం వచ్చినపుడు ఆ భగవంతుడు నీకు పై వాటిలో దేని గురించో చెప్పాలని,

పైవాటిలోఇంకేదో నీకు ప్రత్యక్షంగా చూపించాలని అనుకున్నాడు అని అర్థం,

పై వాటిలో మరేదో నీకు నేర్పించాలని చూస్తున్నాడు అని అర్థం,

అందుకే కష్టం వచ్చినపుడు డీలా పడిపోకుండా నీలో ఉన్న లోపాలను గుర్తించు,

ఎందుకంటే ఏమి లోపం లేకపోతే కష్టం నీ ఇంటి గడప కూడా తొక్కదు,

కష్టం వచ్చినపుడు దానిని గురువుగాభావించి నువ్వు ముందుకు

వెళ్లడం మొదలుపెడితే,

అప్పటిదాకా నీలో లేని మంచి లక్షణాన్ని నువ్వు నేర్చుకున్న వాడివి అవుతావు,

మళ్ళీ నీ గురువుని నువ్వు కలుసుకున్న వాడివి అవుతావు మిత్రమా,

మరి ఈ సారి కష్టం వచ్చినపుడు సాదరంగా ఆహ్వానించి పరిపూర్ణ మనిషిగా మారుదామా...??? 👍

- డా. శ్రీనివాసరావు సూరిశెట్టి

26

అంతర్జాతీయ మహిళా దినోత్సవం...???

ఎంతో మంది తమ కనీసహక్కుల కోసం చేసిన పోరాటానికి గుర్తుగా జరిగే పండుగ,

ఆ పోరాటాలు ఇచ్చిన ఫలితాలను సంబరాలుగా మార్చే పండుగ,

సృష్టి శక్తి స్వరూపం, అటువంటి శక్తికి వారసురాలు అయిన మహిళ పోరాటం చేయాలా,

అవును మాతృస్వామ్య సమాజం నుండి క్రమేపి పితృస్వామ్య సమాజంలోకి మారిన,

ఈ సమాజంలో చాదస్తాలకు, ఛాందస వాదాలకు బలి అయిన మహిళ,

ఉనికి నిలబెట్టుకోవడానికి, హక్కులు కాపాడుకోవడానికి తప్పని స్థితిలో,

బయటకు వచ్చి చేసిన పోరాట ఫలితమే ఈఅంతర్జాతీయ మహిళా దినోత్సవం,

ఎన్నెన్నో గొప్పలు చెబుతాం, శక్తి లేనిదే సృష్టి లేదు అంటాం కానీ,

చివరికి మన మహిళల దగ్గర కూడా అదే చిన్నచూపు పురుషులతో పోలిస్తే,

అది కూలి అయినా, రాజుగారు అయినా దీనికి మాత్రం మినహాయింపు లేదు,

పైకి మాత్రం పెద్ద పెద్ద శ్లోకాలు ఇలా చెబుతాం...

"వినా స్త్రీ యా జననం నాస్తి, వినా స్త్రీ యా గమనం నాస్తి,

"వినా స్త్రీ యా జీవం నాస్తి," వినా స్త్రీ యా సృష్టి యేవ నాస్తి"

అటువంటి మహిళ జనన, జీవ, గమనాలే ప్రస్నార్థకాలుగా మిగిలి పోతుంటే,

ఇది అందరూ తప్పక ఒప్పుకోవాల్సిన సందర్భంలో మహిళ తన హక్కుల కోసం,

తన వారితోనే చేసే పోరాటం నిత్య కృత్యం అయిన వేళ... ఓ మహిళా,

అందిన ఫలాలు సంబరాలతో పాటు మరొక్క చేతిలో కత్తి పట్టుకొని,

దుర్గమ్మ ప్రతిరూపాలుగా వెలుగొందుతున్న మహిళా మూర్తులందరికి,

అంతర్జాతీయ మహిళా దినోత్సవం శుభాకాంక్షలు✿✿✿

-    డా. శ్రీనివాసరావు సూరిశెట్టి

27

మా సంకురాతిరి...!!!

సూర్యుడు మేషాది ద్వాదశ రాశులందు క్రమంగా పూర్వరాశి నుంచి ఉత్తరరాశిలోకి ప్రవేశించడమే సంక్రాంతి...

మంచు తెరలను బలవంతంగా చీల్చుకొని నేలను తాకిన ఆ సంక్రాంతి కిరణాలు,

గడ్డి కొసన ఆ కిరణాల కాంతికి ధగధగా మెరిసే ముత్యాల లాంటి మంచు బిందువులు,

లేవండోయ్ తెల్లారింది అంటూ కొక్కోరకో అని నిద్రలేపే మా ఇంటి కోడిపుంజు,

హరే రంగ హరే రంగ అంటూ ఆ శ్రీరంగ నామాన్ని మా చెవులకు తాకించే హరిదాసులు,

పీ పీ అంటూ శ్రావ్యమైన సన్నాయినాదంతో శుభాలను నింపే గంగిరెద్దుల వాళ్ళు,

రంగు రంగుల ముగ్గులతో గొబ్బెమ్మను పెద్దచేసి లక్ష్మీ దేవిని ఆహ్వానించే రంగ వల్లులు,
పట్టు పరికినీలతో ఇంటికి అందాన్ని తెచ్చే మా ఇంటి ఆడ బడుచులు,
అందరూ ఒకచోట చేరి ఆనందించే ఎడ్ల, కోడి పుంజులపందాలు,
ఘుమ ఘుమ లాడుతూ ముక్కు పుటలను తాకే నెయ్యి పొంగళ్లు,
చుక్కలతో పోటీగా గాలిలో ఎగిరే రంగు రంగుల గాలి పటాలు,
నిప్పట్లు, లడ్లు, కొబ్బరి వడలు, మనుబూలు, కారాలు, కారం చెక్కలు,
ఇలా చెప్పుకొంటూ పోతేలెక్క లేనన్ని నోరూరించే పిండి వంటలు,
చికెన్, దోస...పూరి కైమా...వడ మటన్ కూర అంటూ వెరైటీ అల్పాహారాలు,
భోగ భాగ్యాలను ఇచ్చే భోగితో మొదలై లక్ష్మి కళతో వెలిగి పోయే సంకురాతిరి,
పశువుల పండుగగా వెలిగిపోయే ప్రకృతి పండగ కనుమతో ముగిసి పోతే,

ఇంకొన్ని చోట్ల విందు వినోదాలతో వెలిగి పోయే ముక్కనుమ వరకు సాగుతాయి,

మన సంకురాతిరి సంబరాలు అంబరాలను తాకేటట్లుగా...

ఏది ఏమైనా ఉరుకుల పరుగుల మీద ఉండే ఈ మనిషికి,

సంకురాతిరి ఒక ఆహ్లాదకరమైన ఆనందంతో నిండిన ఒక బ్రేక్...

ఆ బ్రేక్ ను అందరూ ఆనందంగా ఎంజాయ్ చేస్తున్నారు అని ఆసిస్తూ...

మిత్రులందరికీ మరొక్క మారు సంకురాతిరి శుభాకాంక్షలు...

- **డా. శ్రీనివాసరావు సూరిశెట్టి**

28

మాతృదినోత్సవ

శుభాకాంక్షలు...???

సృష్టికి ప్రతి సృష్టి చేసేది అమ్మ,

మారుతున్న కాలంతో పాటు మనమూ మారి పోతున్నాము,

మారేది అమ్మ కాదు మిత్రమా,

నాకు అర్థం కానీ విషయం ఇది...మాతృదినోత్సవ శుభాకాంక్షలు...?

అంటే అమ్మని ఈ రోజు మాత్రమే గుర్తు పెట్టుకొని మరీ శుభాకాంక్షలు చెప్పాలా,

లేక రోజు అమ్మతో గడిపిన దానికంటే ఈ రోజు స్పెషల్ గా గడపాలా,

లేక అమ్మనే మరచిపోయిన ధూర్తులకు మరీ అమ్మ విలువ తెలియచెప్పాలా,

ఒక పక్క సంతోషం కనీసం ఈ రోజు అన్నా అమ్మని గుర్తు చేసుకుంటున్నందుకు,

మరో పక్క బాధ మనం అమ్మని మరచి ఈ రోజు గుర్తు చేసుకుంటున్నందుకు,

ఒక పెద్దాయన ఏమన్నాడో తెలుసా...

"Those who says thanks to mother & wife

They are the biggest fools in the world"

అంటే అమ్మ, భార్య చేసిన త్యాగాలు తిరిగి మనం మళ్ళీ చేయలేనివి,

అవి మళ్ళీ చేయాలి అంటే తిరిగి వారే చెయ్యాలి, ఇంకెవరి వల్లా కాదు ఈ భూమి మీద,

అటువంటి వారికి నువ్వేదో థాంక్స్ చెప్పి ఋణం తీర్చుకుందాము అనుకొంటే,

నీ కంటే బిగ్గెస్ట్ ఫూల్ ఎవరు వుండరు ఈ భూమి మీద అని,

ప్రపంచంలో ఏదీ ఆశించకుండా మనకి ఎవరన్నా ఏదన్నా చేస్తారు అంటే,

అది ఈ భూమి మీద ఒక్కరి వల్లే అవుతుంది "అమ్మ" వలననే,

అందుకే మన శాస్త్రాలు సైతం ముందు "మాతృ దేవో భవ"

అన్న తరువాతే మిగతా వారి గొప్పదనాన్ని చెప్పడం అందరికీ విదితం,

అందరికీ ఒక రోజు కేటాయించి గౌరవించడం మన సాంప్రదాయం కాకపోయినా,

గ్లోబలైజేషన్ పుణ్యమా అని ఆ తెగులు మనకి కూడా పట్టింది కనుక,

అమ్మని పట్టించుకోలేనంత బిజీ గా వుండే కుమార్తె కుమారులందరికి,

కనీసం పాశ్చాత్యులు గుర్తించిన ఈ రోజు అన్నా,

మీ తల్లి దగ్గరకు వెళ్ళి ఆమెను సంతోషపెట్టి ఆమె ఆశీర్వచనాలు తీసుకోండి,

రోజూతల్లితోగడిపేఅదృష్టంవున్న కుమార్తెకుమారులు

ఆమెను మరింత సంతోషపెట్టి మరొక్కసారి ఋణం తీర్చుకునే ప్రయత్నం చేయండి...🙏🙏🙏

- డా. శ్రీనివాసరావు సూరిశెట్టి

29

ఆపరేషన్ సింధూర్....???

భారత మాత ఆడబిడ్డ సింధూరం తాకిన వేళ,

ఆ సింధూరపాగ్ని ఆహుతి ఏమిటో చూపించే వేళ,

ఇంతలా భయంకరంగా ఉంటుందా అని ముష్కరుల,

గుండెలు అదిరేటట్లు,

సింధూరం ధరించిన భారత ఆడబిడ్డలు చేసిన దాడి,

భర్తల ప్రాణాలు తీసే వేళ మమ్మల్ని చంపండి అంటూ ఆక్రోదించన,

ఆ ముక్కుపచ్చలారని వధువులతో ముష్కరులు చేసిన వ్యాఖ్యలకు,

మిమ్మల్ని భరతం పట్టాలి అంటే మోడీ దాకా ఎందుకు,

అంటూ వీరనారిమణులు చేసిన ఆక్రమణల దాడి

ఈ ఆపరేషన్ సింధూర్!!!

ముష్కరులు దాడి చేసి హాయిగా నిద్రించిన వేళ,

భద్రకాళి రూపం ఎత్తిన వీరనారిమణులు వేట ఈ

ఆపరేషన్ సింధూర్!!!

మన సింధూరం జోలికి వస్తె కంటినిండా నిద్రకూడా,

ఆ ముష్కరులులకు లేకుండా చేసిన యుద్ధ కేళి

ఈ ఆపరేషన్ సింధూర్!!!

దాడిచేసి కలుగులో దాక్కొని మేము చేసామంటూ,

బయటకు రావడానికి కూడా భయపడే ఆ ముష్కరులకు,

ఇదిగో ఇలా చంపాము ఆ ముష్కరులను అంటూ,

పవర్ పాయింట్ వేసి మరీ లోకానికి చాటి చెప్పి,

మా సింధూరపు జోలికి వస్తె ఎవడికైనా ఇదే గతి,

అంటూ ఆ వీరనారిమణుల ప్రెస్ మీట్ చూస్తూ ఉంటే,

పహల్గాం ఘటనతో కలత చెందిన ప్రతి భారతీ యుడికి,

తనలో ఇప్పటిదాకా దాచుకున్న బాధ కొద్దిగా తీర్చే

ఆ ఆపరేషన్ సింధూర్!!!

\- డా. శ్రీనివాసరావు సూరిశెట్టి

30

ఇది టెర్రరిజమా???

పారాణి ఆరక ముందే ఆమె భర్తను చంపడం టెర్రరిజమా???

ప్రకృతి ఆరాధ్యుల ప్రాణాలను హరించడం టెర్రరిజమా???

మతం కనుక్కొని మనిషిని మట్టుపెట్టడం టెర్రరిజమా???

పదవుల చాటున మాటివేసిన సెక్యులర్ లారా...

ఇది టెర్రరిజమా???

మీ కళ్ళు మూసుకుపోయి ఉన్నాయా ???

మీ చెవులకు ఆ రోదన వినబడటం లేదా???

ఈ సంఘటన చూసి మీ హృదయం ద్రవించడం లేదా???

ఎవరు వాళ్ళు ??? మనతో ఉండే మన అక్క చెల్లెళ్ళు

అన్న దమ్ములు కాదా,

వారి కష్టానికి కూడా మీరు స్పందించక పోతే...

మీరు బ్రతికినా చచ్చిన శవం తో సమానమే,

ఎవడో పాకిస్థాన్ జిందాబాద్ అంటే నాకేమి,

ఎవడో లవ్ జిహాదీ అంటే నాకు ఏమి సంబంధం,

89

ఎవడో మతదురహంకారాలు చేస్తుంటే నాకు పట్టదు,
అంటూ అన్నీ మూసుకొని నిమ్మకు నీరెత్తి నట్లు బ్రతికే,
ఓ సగటు భారతీయుడా !!!
బాంబు పేలింది, తుపాకీ గురిపెట్టింది ఎక్కడో పాకిస్తాన్ లో కాదు,
మన భారత గడ్డ పైన, మన కాశ్మీర్ లోన...
అక్కడ దాకా వచ్చిన ఆ బాంబు, ఆ తుపాకీ నీ దాకా రాడానికి,
ఎంతో సమయం పట్టదు ఇప్పటికైనా నువ్వు నిద్ర లేవకపోతే,
ఇప్పటికైనా ఎవడు నీవాడు ఎవడు పరాయి వాడు తెలుసుకో,
పాతిపెట్టు పాకిస్థాన్ జిందాబాద్ అనే నాకొడుకులని,
తరిమి కొట్టు ఈ మత ఛాందసవాదులందరిని అందనంత దూరానికి,
లేకపోతే నీ బ్రతుకు కష్టం, నీ మనుగడ దుర్భరం ఈ భరత గడ్డ పైన...
మెజారిటీ అంటూ విర్రవీగే ఓ నిద్రించే మొద్దు జీవి,
నీ బ్రతుకు మైనారిటీ లో పడే రోజు ఎంతో దూరం లో లేదు,
ఇప్పటికైనా నువ్వు కళ్ళుతెరిచి సత్యము గ్రహించక పోతే.....!!!!

- **డా. శ్రీనివాసరావు సూరిశెట్టి**

31

ఆ బంధం, అనుబంధం అతనితో...???

దేవుడు అనండి, ఏదో శక్తి అనండి, మనల్ని పుట్టించిన వ్యక్తి అనండి,

ఆయన లేక ఆమె ఎవరో తెలియకపోయినా వారితో మీకు బంధం ఏర్పడాలి,

వారి ఆవశ్యకత ఇప్పుడు మనకు అవసరం అనిపించదు,

ఎవరన్నా మనకి చెబితే చాదస్తం అంటారు,

మీరు ఎంత గొప్పవారు కానీయండి, మీరు ఎంతో ధనవంతులు కానీయండి,

మీరు ప్రపంచం గర్వించే మానవపుంగవులు కానీయండి,

కానీ నీ అంతిమ ఘడియల్లో డాక్టర్ వచ్చి ఏమి లాభం లేదు అన్నప్పుడు,

నీ ప్రాణ స్నేహితులు నీ చేతిలో చేయి వేసి ధైర్యం చెప్పినా,

నీతో ఏడు అడుగులు నడచిన నీ భార్య నీ పక్కనే వున్నా,

నీ వాళ్ళు అనుకునే వారందరూ నీ చుట్టూ చేరి ఓదార్చినా,

ఏ మాట నీకు వినబడదు, ఎవ్వరూ నీకు కనబడరు..

నువ్వు ఎంత విద్యావంతుడివి అయినా నీ నోటఒక్క పదం పలకదు,

నువ్వు మాట్లాడుతున్నావు అని అనుకున్నా కూడా బయటకు ఏమీ వినబడదు,

మాట మాట్లాడలేక, చెప్పాలనుకున్నది చెప్పలేక...

నిస్తేజంగా నువ్వు ఆకాశం వైపు చూస్తూ వున్నప్పుడు

నీ బాధ నీ కంటి చివరనుంచి జారే నీటి బొట్లుగా మారి,

అవసాన దశలో ఓ భగవాన్ ఏమిటీ ఈ బాధ అంటూ

మనస్సులో,

ఆ పై వాడిని ప్రార్థిస్తూ వున్నా కూడా ఏ సమాధానం నీకు రాదు,

నీలో సత్తువ వున్నప్పుడు ఎవరినీ లెక్కచేయక చాదస్తం అన్న నీకు,

ఆ చాదస్తపు విలువ ఇప్పుడు ప్రత్యక్షంగా అనుభవం అవుతుంది,

అప్పుడు నీశ్రేయోభిలాషులు చెప్పినమాటలు

చెవిలో ఇప్పుడు వినబడుతాయి,

మనంఎంతశక్తివంతులం అయినా ఆశక్తిని మనకిచ్చే పైవాడు ఒకడున్నాడని,

కానీ అప్పటికే కాలాతీతము అయిపోయి, ఇప్పుడు చేద్దాం అనుకున్నా,

అది శక్తికి మించిన పనిగా మారి ఏమీ చేయలేక,

బేల చూపులతో పశ్చాత్తాపం మోములో ఉట్టి పడుతూ,

చివరగా క్షమించు స్వామీ అనే మాటలు పదే పదే పలకుతున్న వేళ,

ఆ విలువ తెలుసుకోడానికి నీకు అవసానదశ అవసరం అయిందా,

అదేదో బంధం సత్తువ వున్న వేళ ఏర్పరచుకొంటే ఇప్పుడు,

ఎవరూ దిక్కులేనిమనకు ఆపైవాడు అండగా వుంటాడు కదా,

నీ బాధ వినేవాడు, నీ కష్టం చూసి నిన్ను ఓదార్చే వాడు,

నీ తోడే వుండి నిన్ను తనతో తీసుకుపోయేవాడు ఒకడు ఉండేవాడు కదా,

కాబట్టి అటువంటి వాడు మనతో వుండాలి అంటే ఇప్పుడే అతనితో,

బంధం, అనుబంధం ఏర్పరచుకొని జాగ్రత్త పడు సుమా...🙏🙏🙏👍

- **డా. శ్రీనివాసరావు సూరిశెట్టి**

32

గల్తీ కర్నా ప్రకృతి హై...???

గౌరీ గోపాల్ దాస్ గారి మూడు మంచి మాటలు,

"గల్తీ కర్నా ప్రకృతి హై,

గల్తీ మాన్ నా సంస్కృతి హై,

గల్తీ సుధార్నా ప్రగతి హై"

ఎంత బాగా చెప్పారు గౌరీ గోపాల్ దాస్ గారు, కదా...

తప్పు చేయడం మానవ సహజం,

అదే తప్పును ఒప్పుకోవడం అతని సంస్కారం,

అదే తప్పును సరిదిద్దుకోవడం ప్రగతి పొందడం"

తప్పులు అందరూ చేస్తారు, కానీ దానిని ఒప్పుకొనే వారెందరు???

దానికి గొప్ప సంస్కారం కావాలి అందరికీ,

తన తప్పును ఒప్పుకోవడం అంటే తన తల తాను దించడం,

ఒక్కసారి ఆలోచించండి, తప్పుచేయని వారెందరు

ఈ లోకంలో?
మన ఈగోలను పక్కన బెట్టి బాస్ తప్పయింది అంటే,
మన పీకలు తెగి కింద పడి పోతాయా ??? చెప్పండి!
నీవు ప్రగతి పథంలో నడవాలి అంటే నీ అవరోధాలు నీకు తెలియాలి!!!
నీకు మాత్రమే అవి తెలియాలి, ఎందుకంటే నీవు మాత్రమే,
నీ అవరోధాలు, నీ తప్పు ఒప్పులు అధిగమించ గలవు,
ఒక్కసారి తలదించడం వలన ప్రాణం పోతుందా???
అదేదో సినిమాలో అన్నట్లు సింహం ఒక్క అడుగు వెనక్కు వేసిందంటే....
తప్పు తెలుసుకొని ఒక్కడుగు వెనక్కివేసి సింహంలా,
నువ్వు ప్రగతి పథంలో నడవాలి అంటే ఒక్క అడుగు వెనక్కి వేసి,
తప్పయి పోయింది బాస్ అని ఒక్క మాట అని చూడు,
ఈ ప్రకృతి అంతా నీ సంస్కారానికి దాసోహం అయి,
నీకు తోడు అయి నీ విజయానికి దారి చూపుతాయి,
ఈ చిన్న కిటుకు ఇన్నాళ్లు ఎలా మరచి పోయానా అంటూ తలబాదు కోకు,
ఇంకా నీకు ఆ ఛాన్స్ వుంది ముందుకు పద బాస్ తప్పును ఒప్పుకొని...

- **డా. శ్రీనివాసరావు సూరిశెట్టి**

33

నీ మాట ఏమిటో చెప్పు???

పరమత సహనం అంటూ పాత చింత మాటలు వల్లి వేసే,

ఓ అనాది హిందూమేధావులారా !!!

ఏది పరమత సహనం???

మతం అడిగి ప్రాణాలు తీసే రోజులు చూస్తున్న,

మతం అడిగి ఆడవాళ్ళ నుదుటి బొట్టు తొలగిస్తున్న,

మతం అడిగి బిడ్డకు తండ్రిని దూరం చేస్తున్న,

ఈ రోజుల్లో కూడా అదే పరమత సహనమా???

కోడి సైతం దాని పిల్లల జోలికి వస్తే,

ఎదురు వచ్చింది ఎవరూ అని చూడకుండా చేస్తుంది పోరాటం,

ఆ మాత్రం కోడికి ఉన్న ఇంగిత జ్ఞానం కూడా లేదా నీకు,

ఇంతదాకా వస్తే కోడి లాగ మారి,

ప్రపంచ చిత్ర పటంలో పాకిస్తాన్ గుర్తు లేకుండా చేసి,

ప్రపంచానికి చెప్పాలి మనజోలికి వస్తే ఎలా ఉంటుందో అని,

ఆ తరువాతనే వల్లి వేయండి మీ పరమతసహన బోధనలు,

పాకిస్తాన్ పై భారత్ యుద్ధం ప్రకటించాలి అని నా మాట...

మరి మీ మాట ఏదో ఇప్పుడే నిర్ణయించుకో,

అలా కాని నాడు నువ్వు, ఈ దేశాన్ని, నీ కుటుంబాన్ని వదిలి,

దూరంగా ఉండడానికి ప్రయత్నాలు ఇప్పుడే మొదలు పెట్టు,

ఎంతో సమయం లేదు మిత్రమా,

పాకిస్తాన్ బుల్లెట్ కాశ్మీర్ దాకా వచ్చేసింది,

రేపో మాపో అది నిన్ను తాకడం మాత్రం ఖాయం...

ఇప్పుడు చెప్పు నీ మాట ఏమిటో నువ్వు నీ దేశంలో స్వేచ్ఛగా
బ్రతకాలి అంటే???

-   డా. శ్రీనివాసరావు సూరిశెట్టి

34

స్నేహం కొనసాగలి అంటే...??

గరికపాటి గారి మాటల్లో వినాలి అంటే"యత్ర మిత్రత్వ మిశ్చయంతి తత్ర త్రీని నకారయేత్"

ఇరవై ఏళ్ల స్నేహం అరవై ఏళ్ల వరకు కొనసాగలి అంటే ఏమి చేయకూడదో,

ఇవి మూడు చేయకూడదు -"వాగ్వాదం, అర్థ సంబంధం, పరోక్షే దాన భాషణం"

విచిత్రం ఏమిటి అంటే ఇవి మూడు మనకి తెలిసి మనం చేసేవి,

ఎప్పుడు కూడా స్నేహితులతో వాగ్వాదం చేయరాదు,

అది చేసేటప్పుడు బాగానే ఉన్నా వాగ్వాదంఅయిన తరువాత, ఇద్దరి మిత్రలలో ఎవరో ఒకరికి తప్పకుండా మిగిలేది మనస్తాపం,

అది చిలికి చిలికి గాలి వానలా మారి మిత్రసంబంధాన్నే దహిస్తుంది,

రెండవది అర్ధ సంభంధం, అదేదో సినిమాలో చెప్పినట్లు...

రూపాయి రూపాయి నువ్వు ఏమి చేస్తుంటావు అని అడిగితే...

హరిశ్చంద్రుడి చేత అబద్ధం ఆడిస్తాను !!!

భార్యా భర్తల మధ్య చిచ్చు పెడతాను!!!

తండ్రి బిడ్డలను విడదీస్తాను!!!

అన్నదమ్ముల మధ్య వైరం పెంచుతాను!!!

ఆఖరికి ప్రాణ స్నేహితులను సైతం విడగడతాను!!! అందట...

అందుకే ఎవరైనా అప్పుఅడిగినప్పుడు మళ్ళీ తిరిగి అది ఎంత రాకపోతే,

మీరు, మీ మిత్రత్వం దెబ్బతినదో అంత వరకు సాయం చేయండి,

మళ్ళీ దానిని ఆశించవద్దు, ఆశిస్తే ఆ మిత్రుత్వం కాస్తా శత్రుత్వం గా మారిపోతుంది,

మూడవది పరోక్షే దానభాషణం, మిత్రుని ఇంటికి వెళ్లినపుడు తాను లేకపోతే,

అక్కడ ఉండరాదు, మీరు వచ్చానని చెప్పి బయట పడండి లేకపోతే,

ఈ నాలుగు కళ్ళ సమాజానికి ఎనిమిది నోర్లలో వచ్చే మాటలు, మీ మిత్రిత్వానికి తప్పక ఎసురుపెట్టి దాన్ని కూల్చి వేస్తుంది, పెద్దలమాట చద్దిమూట కాబట్టి పాటించి మిత్రులుగా వందేళ్లు కొనసాగుతాం,...ఏమంటారు???

- **డా. శ్రీనివాసరావు సూరిశెట్టి**

35

మంచి మాట...???

"సంపద కంటే జ్ఞానం ఉత్తమమైనది, ఎందుకంటే?

సంపదను మనం రక్షించాల్సి వస్తుంది, జ్ఞానం మనల్ని రక్షిస్తుంది"

మంచి మాట కాదా, తప్పకుండా మంచి మాటనే,

కానీ ఇది వందకు వంద శాతం నిజమేనా అంటే కాదు అని చెప్పాల్సి వస్తుంది,

మరి అటువంటప్పుడు మన కిమ్ కర్తవ్యం, సంపద కూడా మనల్ని రక్షించేటట్లు చేసుకోవడమే...

అన్ని సంపదలు మనల్ని రక్షిస్తాయా అంటే అన్ని కాదు కొన్ని మాత్రమే,

సంపద అంటే ఒక్క ధనాధాన్యాలే, ఆస్తి పాస్తులు అనుకునేరు, ఆనందం, ఆరోగ్యం, సంతోషం, స్నేహితులు, ఆప్తులు అయిన వారు అందరూ మన సంపదే,

జ్ఞానం మనల్ని ఒక్కరినే రక్షిస్తే పైన చెప్పుకొన్న సంపదలు అందర్నీ రక్షిస్తాయి,

కష్ట పడితే ధన ధాన్యాలు, ఆస్తి పాస్తులు వస్తాయేమో కానీ,

ఇష్ట పడి తెచ్చుకుంటే ఆనందం, ఆరోగ్యం, సంతోషం, స్నేహితులు, ఆప్తులు అయిన వారు అందరూ మనతోటే వస్తారు,

ఇక్కడ పుట్టి ఇక్కడ పెరిగి నీతోటి నీ ధన ధాన్యాలు పట్టుకొని పోలేవు నీతో,

నీవు వెళ్లిన తరువాత నీవు సంపాదించినది పరుల సొత్తు గా మారి,

నీవు వెళ్లిన రెండోతరములో నువ్వు సంపాదించిన ఇంటిలో నీ ఫోటో పెట్టడమే కష్టం కాగా,

అదే మూడో తరములో నీవు సంపాదించినది అనుభవించే వారికి నీవు ఎవరివో కూడా తెలియదు,

ఈ రెండో, మూడో తరం సుఖంగా వుండడంకోసమే నువ్వు కష్ట పడి సంపాదించినా,

నీ రక్తం పంచుకొని పుట్టినవాళ్ళు అని చెప్పుకునే వారికే నువ్వు గుర్తు లేకపోతే,

అదే నీవు సంపాదించుకున్న నీ జ్ఞానం కానీ, స్నేహితులు, ఆప్తులు కానీ,

నీవు ఈ లోకాన్ని విడిచి వెళ్లినా నీ గుర్తులు అందరి మదిలో భద్రంగా నిలిచి,

నీ ఉనికిని ఎల్లవేళలా కాపాడుతూ నీవు వెళ్లినా నిన్ను ఇక్కడే కలకాలం,

ఉంచేట్లు చేసుకునే సంపద అదేనండి నీమంచితనం, నీ ఆప్తులు,

ఈ భూమి మీదనే సజీవంగా కాపాడేటట్లు చేసుకోవడమే మన కిమ్ కర్తవ్యం...

- డా. శ్రీనివాసరావు సూరిశెట్టి

36

సమయం(కాలం)...???

సమయం(కాలం) చాలా గొప్పది,

ఎంత గొప్పది అంటే అది అన్నిటికి ఔషధంగా పనిచేస్తుంది,

దానికి వంగని కష్టమూ లేదు, అది తెప్పించని సంతోషము లేదు,

ఇంకా వివరంగా చెప్పాలి అంటే ఒకరోజు అర్జునుడు శ్రీకృష్ణుని తో ఇలా అన్నాడు,

కృష్ణా ఈ జగత్తుకు ఒక సందేశం ఇవ్వు, అది ఎలా ఉండాలి అంటే,

సంతోషంగా వున్నప్పుడు చదివితే దుఃఖం రావాలి,

దుఃఖంగా వున్నప్పుడు చదివితే సంతోషం రావాలి,

కానీ వీటి రెంటికి కలిపి ఒకే సందేశం అయి ఉండాలి అని అడిగినప్పుడు,

శ్రీకృష్ణుడు ఇలా రాశారు- "ఈ సమయం వెళ్లి పోతుంది" అని...

ఎంత గొప్ప సందేశమో కదా ఇది,

సంతోషం అయినా, దుఃఖం అయినాఏది శాశ్వతం కాదు అని చెప్పకనే చెప్పినట్లు,

అందరి మనస్సులను స్వాంతన పరచేటట్లుగా ఉంది కదూ..

అది సమయం(కాలం) బలం,

కాల గర్భాన్ని తవ్వి చూస్తే ఎందరో మహానుభావులు, మరెందరో గొప్పవారు,

అందరిని తనలో కలుపుకొని ఏమీ తెలియనట్లుగా ఆ గడియారం లోకి చేరి,

టిక్ టిక్ అంటూ శబ్దం చేసే ఓ కాలమా నీవు మేము చెప్పుకొనే శతాబ్దాల అంకెలు కావు!

నీవు మేము లెక్కలు వేసే సంవత్సరాల రోజుల లెక్కలు కావు!

ఎంత గొప్పవారు అయిన గడియారపు ముల్లు ఒక్కసారి "టిక్" మని సెకను గడిస్తే,

తిరిగి తెచ్చివ్వడం ఎవరి తరమూ కాదే సింపుల్ గా గతం గతః అనడం తప్ప,

నీ విలువ నెరిగి రాబోయే సెకనును ఎంత విలువైనదిగా ఎవరైతే పరిగణలోకి తీసుకుంటారో,

ఎంత సంతోషంగా ఆ సెకనును ఉంచడానికి ప్రయత్నిస్తారో వారి జన్మ ధన్యం,

అందుకే నీవు పోటీ పడలేనిది, నీవు తలవంచి గౌరవం ఇవ్వాల్సి

నది అయిన కాలాన్ని,

నీవు అన్ని వేళలా ఉపయోగంలోకి తెచ్చుకొని ఆనందమయం చేసుకొంటే,

కాలానుగుణంగా కాలగర్భంలో నువ్వు కలసి పోయినా నీవు గడచిన సెకనులు,

నీ పేరుతో వ్రాయబడి కాలం ఉన్నంతవరకు కలకాలం చిరస్థాయిగా నిలిచిపోతావ్...

- డా. శ్రీనివాసరావు సూరిశెట్టి

37

ఏది శాశ్వతం...???

జీవితంలో అన్ని కూడా తాత్కాలికాలే, ఏదీ శాశ్వతం కాదు,

కాలంతో సహా మనం ఎదురుచూసేవి, మనం అనుభవించేవి

అన్నీ కూడా,

మంచి సమయం వచ్చిందా, ఆనందంగా అనుభవించు,

చెడు సమయం, చెడు సందర్భాలు ఎదురు అయ్యాయా !

ఎదురు చూడు మంచి సమయం కోసం, ఎందుకంటే వచ్చింది

శాశ్వతం కాదు,

ఆనందంగా గడిపే కాలాలు నెమరు వేసుకొంటూ ఇప్పటి

కాలాన్ని కూడా,

ఆనందంతో నింపుకొని ఈ క్షణాన్ని ఆనందంగా మార్చుటయే

విజ్ఞుల లక్షణం,

అంతే కానీ గతించిన బాధలను నెమరు వేసుకొని ఇప్పటి

కాలాన్ని,

మరింత బాధతో, ఆలోచనలతో నింపుకొని ఉన్న కాలాన్ని వృధా చేస్తూ,

నీది, నీ చుట్టూ ఉన్నవారి ఆనందాన్ని కోల్పోవడం ఏమి వివేకం,

పగలు, రాత్రి తప్పని సరి అయితేనే ఒక రోజు అని మనం పిలుస్తామే,

అలాగే వెలుగు, చీకటిలు ఉంటేనే మనం దానిని సంపూర్ణమైన రోజు అంటామే,

ఎలా వెలుగు, చీకటిలు రోజులో ఒకదాని తరువాత ఒకటి వస్తాయో,

అలాగే మంచి చెడ్డలు అనేవి కూడా మనిషి జీవితం అనే రోజులో భాగాలే,

కానీ రాత్రి కాలాన్ని కాంతిని ఇచ్చే దీపంతో మనం ఎలా తగ్గుంచుకుంటామో,

అలాగే బాధ అనే మనకాలాన్ని కూడా గడచిన ఆనందాలను గుర్తు పెట్టుకొని,

ఉన్న కాలాన్ని ఆనందమయం చేసుకొని సాగిపోవాలి,

అన్నిటికంటే మనిషిలో ఎక్కువ ఆనందాన్ని నింపేది భగవధ్యానం,

ఎప్పుడైతే మనం బాధ వస్తుందో ఆ భగవంతుని ధ్యానంలో గడిపితే,

ఒకటి మనం ఆ బాధను మర్చిపోతాం, రెండు భగవధ్యానం అనే పుణ్య కార్యాన్ని ఆచరిస్తాం,

భగవధ్యానం అంటే ఆయనని దోషిగా చూపిస్తూ దూషించ కూడదు,

నువ్వు ఇచ్చిన బాధని నువ్వే తీసుకో తండ్రి, ఎందుకంటే ఇది నువ్వు ఇచ్చిన ప్రాణమే కాబట్టి,

నువ్వు బిక్ష పెట్టిన ప్రాణాన్ని కాపాడవలసినది కూడా నువ్వే అన్నప్పుడు,

అది తప్పక భగవంతుని కృప మన మీద ప్రసరంచడానికి ఉపకరించి,

నీ బాధ తీవ్రత తగ్గి ఆ రోజు కూడా మంచిరోజుగా మారి పోతుంది,

ఇలా ఏ మనిషి అయితే శాశ్వతాలు, అశాశ్వతాలు ఎరిగి ప్రవర్తిస్తాడో అతడే విజ్ఞుడు...,🙏

- డా. శ్రీనివాసరావు సూరిశెట్టి

38

దానం...???

ఇది ఈ మధ్య సోషల్ మీడియాలో తరచూ కనపడే ఫోటోల సారాంశం కాదు,

పది రూపాయల సాయం చేసి లక్ష రూపాయల పబ్లిసిటీ కాదు,

నేనే చేశాను అని శిలా ఫలకాలు చెక్కించుకునే చర్య కాదు,

దానం చేసే ప్రతి వస్తువుపై చక్కగా చెక్కబడే మన పేరు కాదు,

చేస్తే మనకేంటి అంటూ లాభా పేక్షాలు ఆలోచించి చేసే పని కాదు,

గుడిలో పూజకు డబ్బులు ఇచ్చి దాతలు వీళ్ళు అంటూ వేసుకొనే ప్లెక్సీ కాదు,

నేను చేసేదానితోనే వీళ్ళు గట్టేకి పోతారా అంటూ ఉపన్యాసాలు చేసి,

ఈ రోజు నేను చేస్తాను మరి రేపటి మాట ఏమిటి అంటూ,

ఏదన్నా సాయం చేద్దాము అనే ఇతరుల ఆలోచనలు కూడా మార్చేది కాదు,

దానం అనేది ఏదీ తిరిగి ఆశించకుండా చేసే సాయం,

కుడి చేత్తో చేసినపుడు ఎడమ చేతికి కూడా తెలియకుండా వుండేది దానం,

మనం చేసిన సాయం మనం వెంటనే మరచిపోయి ముందుకు పోవడం దానం,

నేను చేసే సాయం వల్ల అంతా మంచే జరుగతుంది అని ఆశించి చేయడం దానం,

ఎన్ని మంచి పనులు చేసినా ఏమీ తెలియనట్లు ఎంత నిగర్విగా వుంటాడు చూడు,

అంటూ మన గురించి అందరి నోట వినబడేట్లు చేసే చిన్న పని దానం,

ఏదన్నా సాయం చేసినపుడు ఎవరికి చెప్పుకోలేని ఆనందాన్ని మనసుకు ఇచ్చేది దానం,

ఇలా చెప్పుకొంటూ పోతే మనల్ని మంచి మనిషిగా చేసి చూపేది దానం,

భారతీయ సనాతన సంస్కృతి సంప్రదాయ ధర్మాలను బట్టి,

111

తపస్సు, జపము, ఇతర అనుష్ఠానాలు చేయడం వల్ల వచ్చే ఫలితం ఈ దానం,

దానధర్మ ములే మోక్ష సాధనాలని ఉపనిషత్తులు ఘోషించి, ఉపదేశించే...

గొప్ప సత్కార్యం దానం అని చెప్పడానికి వెనకాడని పదం దానం....

— డా. శ్రీనివాసరావు సూరిశెట్టి

39

బంధాలు యాంత్రికమా???

అవును ఇప్పటి బంధాలు చూస్తూ ఉంటే మనం తప్పక నమ్మాల్సి వచ్చేది,

బంధాలు యాంత్రికాలుగా మారిపోయాయి అనే నగ్న సత్యాన్ని,

ఒకప్పుడు ఇలా లేదు, బంధాల మధ్య ప్రేమానురాగాలు ఉండేవి,

ఎప్పుడు అయితే మనజీవితాలు మన చేతుల్లో లేకుండా యాంత్రికాలు గా మారాయో,

అప్పుడే మన మధ్య ఉన్న బంధాలు కూడా అవే బాట పడుతున్నాయి,

ఒకప్పుడు తల్లి తండ్రులు మనకోసం కష్ట పడుతున్నారు అని కష్టాన్ని,

అర్థం చేసుకొని వారి కష్టాన్ని వృధా కాకుండా కష్టపడే తరం ఉండేది,

ఇప్పుడు తిరిగి ఆ తల్లిదండ్రులకే ప్రశ్న వేస్తూ ఎవరి కోసం కష్ట పడతారు?,

అని వారి కష్టాన్ని ఈక లెక్కన తీసి పారేసే పిల్లల్ని చూస్తుంటే,

తప్పెవరిది అని ఇప్పటి తల్లిదండ్రులు తమకు తాము ప్రశ్న వేసుకునే స్థితి,

పరిగెత్తే కాలంతో పాటు పరుగులు టెడుతూ డబ్బు వెనక పడి,

ఇంట్లో పిల్లలు, వారి ఆలనా పాలనా ఆయాలకు వదిలేసికానీ,

బాధ్యతల నుంచి తప్పించుకోడానికి డిజిటల్ రంగాన్ని పిల్లలకు పరిచయం చేయడమో,

ఉమ్మడి కుటుంబాలనుంచి న్యూక్లియర్ కుటుంబాలుగా మారిపోయి,

పిల్లల ఆలనా పాలనా చూడలేకపోయి, వారికి నచ్చిందే జీవితంగా పెరిగిన పిల్లలకు,

కుటుంబము లోని బంధాలు అర్థం అవుతాయి అనుకొంటే అది ఎవరి తప్పు,

కాలం మారింది దానితో పాటు మనం కూడా మారాలి అని మనకి మనం సర్దిపెట్టుకున్నా,

ఏ కాలంలో అయినా బంధాలకు ఉన్న విలువ మారదు అని గ్రహించి,

ఇప్పటికైనా ఇప్పటి తల్లిదండ్రులు& రాబోయే తల్లిదండ్రులు ఆలోచించకపోతే,

కుటుంబంలోని బంధాలు ఆవిరి అయిపోయి అవి చూడాలి అంటే,

మైక్రోస్కోప్ పెట్టుకొని చూడాల్సిన స్థితి, దానిని మార్చాలి అంటే,

ఇప్పటికైనా మనం మారి ఆ బంధాలు మరింత క్షేమంగా ఉండేట్లు చూడాలి,

- డా. శ్రీనివాసరావు సూరిశెట్టి

40

భారతీయత....???

ఎన్నో మతాలు, ఎన్నో సంస్కృతులు అలా పుట్టి ఇలా మట్టిలో కలిసిపోయినా,

భారతీయత, హిందుత్వం అనేది చెక్కు చెదరదు ఎందుకని,

ఇది అందరికీ అర్థం కానీ ప్రశ్న అయినా కూడా ఆలోచిస్తే చాలా సులువు,

మన ధర్మం చెప్పేది ఒక్కటే "నీ మతాన్ని ఆరాధించు, ఎదుటి మతాన్ని గౌరవించు"....

నిన్ను నువ్వు గౌరవించు, నీలాగే ఎదుటి వారిని గౌరవించు,

అందుకే అన్ని మతాలు మత మార్పిడికి కష్ట పడినా,

ఎటువంటి మత మార్పిడులకు పాల్పడకుండా దాని ఔన్నత్యాన్ని నిలబెట్టేదే హిందుత్వం,

అన్ని నదుల చివరి మజిలీ సముద్రమే అన్నచందాన,

అన్ని మతాల సారాంశం కూడా చివరికి హిందుత్వం లో గోచరిస్తుంది,

ఇది చూస్తూ వుంటే ఒక్కోసారి ఏమనిపిస్తుందో తెలుసా,

ఆది పురుషుడు శివుడు ఎలాగో అన్ని మతాలకు మూలం హిందుత్వమే కదా అని,

మీరు ఏ మతంలో ఏ సూక్తి చెప్పినా కూడా అదే సూక్తి మనకి,

మన వేదాలలో తప్పక నిక్షిప్తం అయి వుంటుంది,

మనఅందరు దేవుళ్ళు కూడా మనం వుండాల్సిన జీవన విధానానికి ప్రతీకలు,

ఒక్కొక్క దేవునిలో ఒక్కో జీవన విధానం నిక్షిప్తమై,

మనం ఎలా బ్రతకాలి ఈ జీవితకాలంలో అని చెప్పే పెద్ద బాలశిక్షలు,

ఇలా ఏదైనా తీసుకోండి తప్పక మనిషి శ్రేయస్సు కోసమే,

అనేక విషయాలు పొందుపరచిన గొప్ప గ్రంథం హిందుత్వం,

నీరు టీ పొడితో కలిస్తే టీ లాగా, అదేనీరుపెరుగుతో కలిస్తే మజ్జిగలాగా,

దీనితో కలిస్తే దానిలా ప్రతిబింబించే నీరు లాగా,

మన హిందుత్వం అన్ని మతాలలోను కలిసిపోయి,

అన్ని మతాలకు మూలంగా నిలిచిపోతుంది కనుకనే,

ఎన్నో విషయాలు నిరూపిస్తే కానీ నమ్మని విదేశీయులు సైతం,

హరే రామ హరే కృష్ణా అంటూ హిందుత్వం వైపు పరుగులు తీస్తుంటే,

ఏదైనా వస్తువు మనతో వున్నప్పుడు విలువ తెలియదు,

అది తెలియాలి అంటే అది మనకు దూరం అయినప్పుడే తెలుస్తుంది,

అందుకే హిందుత్వం నుంచి దూరం అయి ఏదో వుంది అక్కడ అని,

పారిపోయిన వారు సైతం తిరిగి అమ్మ ఒడి చేరుతున్నారు అంటే,

అది దూరం అయిన అమ్మ ప్రేమను తిరిగి పొందేందుకు మాత్రమే,

నువ్వు బ్రతుకు, ఇతరుల బ్రతుకు తోడ్పాటు అందించు,

అని నొక్కి ఒక్కాణించే చెప్పే ఒకే ఒక మతం హిందుత్వం,

అందుకే ఎందరు మనల్ని శత్రువులుగా చూసిన మనకి మాత్రం అందరూ మిత్రులే,

ఇంత మహిమ కలది కాబట్టే నాహిందుత్వం నా తల్లితో సమానం నాకు...

- డా. శ్రీనివాసరావు సూరిశెట్టి

41

మోక్షం...

మోక్షానికి ధ్యానం, ప్రార్థన, జపం, పూజలు మెట్లు కాగా,

ధ్యానానికి ఏకాగ్రత కావాలి,

ప్రార్థనకు ఆర్తి కావాలి

జపానికి భావం కావాలి,

పూజకు కు విశ్వాసం కావాలి...

ఇవన్నీ లేకుండా చేసే సాధన ఎప్పటికీ సఫలీకృతం కాదు...

సాధనలో లోపాలు నాచుమీద నడకలా వెనక్కిలాగుతుంటే,

చిల్లికుండతో నీళ్లు తెచ్చిన చందంలా ఎంతో చేస్తే, ఇంతేనా అని అనిపిస్తూ,

ధ్యానంలో ఏకాగ్రత కుదరక ఆలోచనలు హా హా కారాలు పెడుతుంటే,

ప్రార్థనలో పక్కరోజు చేయాల్సిన పనులు దూరి,

ఎంతో కష్టపడి తెచ్చుకున్న ఆర్తి ఆవిరి అయిన వేళ,

జపమాలలో వేళ్ళు మాత్రమే కదులుతూ మనస్సు ఇంకోలా
జపిస్తూ ఉంటే,

ఇవన్నీ చెడిన తరువాత చేసే పూజ మాత్రం సక్రమమా???

ఒకపక్క ఎందరినో చూసి ఇప్పుడే మోక్షం పొందాలి,

వారు చేయగలిగినది నేను చేయలేనా అంటూ మంకుపట్టు,

ఇంకో పక్క ఏది చేసినా ఒక పట్టాన పూర్తిగాక,

ఒకదాని తరువాత ఒకటిగా ప్రయత్నం చేస్తూ,

చివరికి ఏదీ పూర్తి గాక భూమికి, ఆకాశానికి మధ్య,

త్రిశంకు స్వర్గంలో ఉండే ఓ మనిషి ఒక్కసారి ఆలోచించు,

చేసే పని ఏదైనా పని మీద మాత్రమే ధ్యాస పెడితే,

అప్పుడు మాత్రమే నీకు మోక్ష మార్గ ద్వారాల ప్రవేశం,

లేదంటే నీ బ్రతుకు ఎటూ గాని ఇస్తారాకు కావడం మాత్రం
ఖాయం..!

- డా. శ్రీనివాసరావు సూరిశెట్టి

42

మనం...???

మనం అనేది మనకు మనమే ఇచ్చుకునే గౌరవపదం,

మరి ఆ మనం గురించి ఎప్పుడైనా ఒక్కసారి ఆలోచించామా???

రావణుడు చెడ్డ వాడు, రాముడు మంచి వాడు అని చదువుతూ పెరిగాం,

ఒక్కసారి ఎప్పుడైనా ఆలోచించారా వీళ్ళు ఎక్కడ వుంటారు అని,

ఎక్కడో కాదండోయ్ మనలోనే వుంటారు ఇద్దరూ కూడా మంచి, చెడు చెబుతూ మనకి,

ఏదన్నా పని చేయాలి అనుకున్నప్పుడు రావణుడు ఇది నీకు ఎంత ఉపయోగం అని చెప్పగా,

ఆ పని వలన నీకు ఉపయోగం సరే పక్కన వాళ్ళకి ఎంత కష్టం, నష్టం అని రాముడు చెబుతాడు,

ప్రతి ఆలోచనకి కూడా వీళ్ళు ఇద్దరూ నిద్రలేచి మనకు సలహా ఇస్తారు,

మనం ఏది పాటించాము అనే దాన్ని బట్టి మనం ఏ కోవకు చెందుతాం అని డిసైడ్ అవుతుంది,

పుట్టుకతోనే ఎవరూ రాముడుగా పుట్టరు, రావణుడి గాను పుట్టరు,

మన నిర్ణయాల ఫలితాలే మనకి పేర్లు నిర్ధారిస్తాయి,

నిర్ణయం తీసుకునేది మనమే అయినా దాన్ని మాత్రం ఆ భగవంతుడి పై వేస్తాం,

అంతా భగవంతుడే చేయిస్తున్నాడు మనం నిమిత్త మాత్రులం అని,

మరి ఆయనే చేయిస్తే అన్నీ మంచి చేయించి నిన్ను రాముడిగా చేయవచ్చు కదా,

అది కుదరదు బయటకు ఆయన పేరు చెప్పి తప్పించుకొని మనం,

ఆయనకి ఆలవకాశం మాత్రం ఇవ్వం, మనలో వున్న మనసుకే వదిలేస్తాం,

అద్దం లాంటి జీవితంలో మనం ఎలా ఆలోచిస్తే అలా కనబడుతామ్ అనేది తెలిసినా,

మన నిజస్వరూపం అద్దంలో కనబడితే అయ్యో ఇదేదో ఫాల్ట్ గా ఉందే అంటాం కానీ,

మనం మాత్రం తప్పుగా ఆలోచిస్తున్నాము, తప్పు చేస్తున్నాము అని ఒప్పుకోము,

అది ఒప్పుకోవాలన్నా మనలో రావణుడు పర్మిషన్ ఇవ్వడు కదా,

మంచిగా ఆలోచించు, మంచి పనులే చెయ్యి అని పెద్దలచద్దిమాటలు వినకపోయినా,

కనీసం మనంచేసేపని ఇతరులకు కష్టం కలిగించేదిగా వుండకపోతే చాలు,

మెల్లగా మనలో రాముడు నిద్ర మేల్కొని మనల్ని ఆయన వైపు నడిపిస్తాడు,

అలాకాక ఇంకొద్దిగా ముందుకు పోయి సుమతి శతకం లో చెప్పినట్లు...

"ఉపకారికి నుపకారము విపరీతముగాదు సేయ వివరింపంగా నపకారికి నుపకారము నెపమెన్నకసేయువాడు నేర్పరి సుమతీ!"

ఇది చేస్తే ఎప్పటికీ నీలోని రావణుడు నీకు దూరం అయి, రాముడు మంచి బాలుడు లాగా మనపేరు చివర ఎప్పుడూ, మంచి అనే టాగ్ తగులుకుని వుండి మన స్వరూపమే మారిపోతుంది,

మరి ప్రయత్నం చేద్దామా ఆ టాగ్ కోసం అహర్నిశలూ.

— డా. శ్రీనివాసరావు సూరిశెట్టి

43

పోరాటం....?

పోరాడటం కష్టము అని ఓటమిని ముందే ఒప్పుకునే ఓ మనిషి,

నీ పుట్టుకు గురించి ముందు నువ్వు తెలుసుకో,

పోరాడటం అనేది నీ మొదటి అడుగు అని మరచిపోకు,

తల్లి గర్భంలో నిండా నీటిలో మునిగిన నువ్వు,

ఒక్కసారి బయట పడ్డాక ప్రాణం కోసం నువ్వు అరచిన మొదటి కేక,

ఊపిరతిత్తులనిండా వున్న నీరు బయటకు పంపడానికి నువ్వు చేసిన

మొదటి పోరాటం,

అప్పుడే మరచి పోయావా లేక బాల్యం జ్ఞాపకాల పుటల్లో నిక్షిప్తమై పోయిందా,

ఎవరు నేర్పారు నీకు పుట్టుకతో ప్రాణం కోసం పోరాడు అని,

ఒక్కసారి జ్ఞప్తికి తెచ్చుకో లేదా పుట్టగనే ఏడ్చే పిల్లాడిని చూసి నెమరు వేసుకో,

ఓహో ఇలాగ నేను కూడా చేశానా ప్రాణం కోసం పోరాటం అని,

అలా పోరాట పటిమ కలిగిన నువ్వు ప్రతి చిన్న దాని కోసం,

ఈ ప్రాణాన్ని పణంగా పెట్టడం అవసరమా అని నిన్ను నువ్వు ప్రశ్నించుకో,

ఓటమిని ప్రతి సారి అంగీకరించ లేక నువ్వు దారి మారుస్తున్నావా???

ఓటమి తరువాత ఓటమి, దాని తరువాత మరో ఓటమి జరుగుకుంటూ పోతే,

ఎక్కడో ఒక దగ్గర గెలుపు అనే గమ్యస్థానం తప్పక మజిలీ కాదా,

మరి ఆ గమ్యాన్ని నీవు చేరాలి అంటే పోరాటానికి ఓటమి అంతిమం కాదని గుర్తించాలి,

శ్రీకృష్ణ అంతటి వాడు భగవద్గీత 2-47 లో చెప్పిన శ్లోకాన్ని మరచి పోయావా???

“కర్మణ్యేవాధికారస్తే మా ఫలేషు కదాచన |

మా కర్మఫలహేతుర్భూః మా తే సంగోఽస్త్వకర్మణి ||”

తెలిసి కూడా మరి నువ్వు ఓడి పోయావు అని నీ ప్రాణాలు తీసుకుంటే ఎలా,

ఓడిపోయింది నువ్వు కాదు నీచే ఆ కర్మలు చేయించిన ఆ కృష్ణభగవానుడు,

ఇప్పటికైనా నువ్వు పుట్టుకతోనే ఆ భగవంతుడితో పోరాడిన బాహుబలి అని గుర్తుకు తెచ్చుకొని....

గెలుపు నీ కర్మ గడప ముందే కాపురం చేసేలా పోరాడటం నేర్చుకుంటావు అని ఆశిస్తూ....

- డా. శ్రీనివాసరావు సూరిశెట్టి

44

మనది స్వాతంత్రమా...???

స్వాతంత్రపు స్వేచ్చా వాయువులకోసం,

ఎందరో అమర వీరులు కొందరు జీవితాలు అర్పిస్తే,

మరికొందరు ప్రాణాలు పణంగా పెట్టి తే,

మరికొందరు ఆస్తి పాస్తులు అలవోకగా వదిలేస్తే,

ఇంకొందరు తుపాకీ పట్టి యుద్ధం చేస్తే,

మరికొందరు శాంతి మార్గం పట్టి నిరాహాదీక్షలు చేస్తే,

మన త్యాగాలకు ఉక్కిరి బిక్కిరి అయిపోయి,

తెల్లవాడు అర్ధరాత్రి మనకి స్వాతంత్ర్యం ఇచ్చి పారిపోతే,

అందరి త్యాగాల ఫలితం నల్ల దొరల చేతిలో పడి,

అన్ని స్వాతంత్రాలు కర్పూర హారతిలో రాజకీయ నాయకుల
చేతిలో పడి,

మళ్ళీ మళ్ళీ అవిరి అయిపోతూ అసలు ఆ పదమే మాయం
అయిన వేళ,

56, 66, 76 వ స్వాతంత్ర్య సంబరాలు అంకెలకే ఫలితం అయిపోయి,

పదవిలో వున్న వారికే పరిమితం అయిన పదమే స్వాతంత్రమా???

వాక్స్వాతంత్రం అంటూ ఏదైనా మాట్లాడితే రాజద్రోహం అంటూ కటకటాల వెనక్కి నెడుతూ వుంటే,

నాకెందుకులే ఈ గొడవలు అంటూ వచ్చిన దానితో సరి పెట్టుకోవడమే స్వాతంత్ర్యమా???

రోజు రోజుకీ దిగజారుతున్న జీవన ప్రమాణాలు అలవాటుగా మారిన వేళ,

ఏ రోజు దేని ధర ఎంత వుందో చెప్పలేని పరిస్థితిలో ప్రభుత్వాలు మనల్ని నెట్టి,

నిన్న వంద వున్నదే ఒక్కరోజులో పది పెరిగి నూట పది అయిందా అని ఆలోచించే టైం లేక,

అసలు ధరలు ఎంత ఉన్నాయో తెలియక జిపే, పేటియంల ద్వారా డబ్బులు కట్టే మనకి,

స్వాతంత్రం అనే దానిగురించి ఆలోచించే తీరిక వుందా???

వున్నా నిన్ను ఆ బాటలో ఆలోచించే ప్రభుత్వాలు వున్నాయా???

అందుకే మనకి మనస్ఫూర్తిగా నచ్చని పదం స్వాతంత్ర్యం...కాదు మనల్ని ఇలా తయారు చేసింది సంఘం, కాదు కాదు అయ్యో మనమే అలా తయారు అయిపోయాము కదా???

- డా. శ్రీనివాసరావు సూరిశెట్టి

45

యుద్ధం...???

యుద్ధం చేయాలి, మనం యుద్ధం చేయాలి...

భరతమాత రక్షణకై, సంరక్షణకై యుద్ధం చేయాలి,

దానికి ముందుగ చేయవలసినది మన ఎవరితొనా అని తెలియాలి,

మనలో వున్న పరాయి ఎవరో తెలియాలి, అప్పుడే చేయగలం యుద్ధం,

చేయాల్సింది ఎవరితో తెలిస్తే గదా తెలిసేది చేస్తాము యుద్ధం,

అవతలి ప్రత్యర్థులను బట్టి కదా వేసేది పథకం,

అందరూ శత్రువులు అనుకంటే సాగుతుందా యుద్ధం

అప్పుడు అవుతుంది వార్ వన్ సైడు లాగా యుద్ధం,

సోచాయించాలి మనం మరొక్కసారి ఎవరితో అని నా యుద్ధం,

కనిపించే ప్రతి వ్యక్తి మనకు శత్రువు కాదు,

కనిపించకుండా మాట్లాడే వ్యక్తి మనకు మిత్రుడు కాదు,

యుద్ధంలో గెలవాలంటే మనకి కావాలి బలం,

అది తెలియాలి అంటే మరొక్క సారి చదవాలి మనం రామాయణం,

రాముడు అంతటి వాడే తీసుకోలేదా విభీషణుడి సలహా,

గెలవాలి అంటే అదే కదా ఆయనకున్న ఏకైక సలహా,

అలాగే ఇప్పుడు జరుగుతున్న అంతర్యుద్ధం లో కావాలి మనకి అదే సలహా,

అంతకన్నా ముందు మనకి కావాలి హంసలాటి అద్భుతచిట్కా,

నీళ్లేదో పాలేదో తెలిసినట్లు మన ఎవరు మన కానిది ఎవరో తెలుసుకునే చిట్కా,

అందరూ శత్రువులు కారు, అందరూ మిత్రులు కారు అనేది మనం ముందు గ్రహిస్తే,

కులమతాలకు అతీతంగా మనం యుద్ధానికి సిద్ధం అయితే,

భారత మాత దాస్య శృంఖలాలను ఆంగ్లేయుల నుంచి కాపాడిన మనకు,

ఈ మత ఛాందస వాదుల నుంచి కాపాడడం ఒక లెక్క,

ఇలాగే ఆలోచిస్తే ప్రతి భారతీయుడు పారిపోదా మత ఛాందసవాదం ఇంకో పక్క,

అలా కలిసి ఆరంభిస్తే మన పోరాటం, తిరుగు ఏమన్నా వుందా
మనకు,

అప్పుడు వుంటాయా మన భరతమాతకు ఈ ఇక్కట్లు,

అందుకే ఈ వేదిక నుంచి ఇస్తున్నాను పిలుపు నా
మిత్రులందరికీ,

కులమతాలకు అతీతంగా భారతావని కష్టం తొలగించడానికి,

ఐక్యంగా కదిలి రావాలని, అందరూ తరలి రావాలని...

- డా. శ్రీనివాసరావు సూరిశెట్టి

46

ఎవర్ని దోషులుగా చేద్దాం...???

ఇప్పుడు అందరూ కూడా ఆలోచించేది ఒక్కటే

ఎవర్ని దోషులుగా చేద్దాం...???

ఇప్పటి పరిస్థితులకు, పడుతున్న కష్టాలు, వున్న తారతమ్యాలకు,

స్వాతంత్ర్యాన్ని తెచ్చి పెట్టిన పోరాట యోధులను దోషులుగాచేద్దామా?

అనవసరంగా మనకీ స్వాతంత్రం తెచ్చిపెట్టినందుకు,

లేక ఇప్పటిదాకా మనల్ని పాలించిన ప్రభుత్వాలను చేద్దామా?

లేదా గత చరిత్ర తప్పిదాలను వేరి మరీ వాటిని దోషులుగా చేద్దామా?

లేక ఇప్పుడు మనం ఓటు వేసుకొని మరీ గెలిపించిన ప్రభుత్వాలను చేద్దామా?

లేక ఆ ప్రభుత్వాలకు రాజ్యాధికారం ఓటు వేసి మరీ ఇచ్చిన ప్రజలను చేద్దామా?

ఎందుకంటే ఎవరో ఒకరిని దోషులుగా చేయకపోతే మనకి నిద్ర పట్టదు,

రోజుకి ఒకసారైనా మన దేశాన్ని విమర్శించకుండా వుంటే కూడా నిద్ర పట్టదు,

ఈ దేశంలో అది లేదు, ఇది లేదు, అవినీతి పెరిగి పోయింది,

నిజాయితీ కల ప్రభుత్వాలకు కరువుగా మారి పోయింది,

ఈ దేశాన్ని ఎవరూ బాగు చేయలేరు, ఇక ముందు ముందు అధోగతి,

ఇలా రోజు మాట్లాడి మాట్లాడి విసుగు పుట్టినా కూడా,

మనకి చిరాకు వస్తె మన ఇంటితో ప్రారంభించి దేశాధినేత వరకు,

మన ఓపిక వున్నంత సేపు తిడుతూనే వుండి పైశాచిక ఆనందాన్ని పొందుతాం,

దేశం అంటే ఎవరు, అడిగితే మళ్ళీ ఇప్పుడు గురజాడ మాటలు వల్లె వేయాలి,

దేశమంటే మట్టి కాదోయ్ దేశమంటే మనుష్యులోయ్ అని,

మరి ఆ మనుష్యులలో నువ్వు లేవు, నీలాంటి వారు అందరూ కలిస్తే దేశం కదా,

మీరు చక్కగా వుండి దేశం చెడ్డగా వుండడం ఎక్కడన్నా వుందా,

మనం మారితే దేశం మారిపోతుంది అనే విషయం మనకి తెలియదా?

ఆ విషయాన్ని పక్కన బెట్టి క్రీ.పూ నుంచి చరిత్రను తవ్వి మరీ తిట్టడం అవసరమా,

అప్పుడు వున్నది మీ తాతముత్తాతలు కాదా, తప్పు వారిలో లేదా,

ఎవరో ఒకరు రావాలి, ఈ సమాజాన్ని మార్చాలి అనే దంపుడు ఉపన్యాసాలు,

ఆ ఒక్కడివి నీవు ఎందుకు కాకూడదు, ఆ తొలి అడుగు నీది ఎందుకు కాకూడదు,

ఇప్పటికైనా మించపోయింది లేదు, దోషి ఎవరు అని ఆలోచించడం మాని,

జరిగిన దోషాన్ని, జరగబోయే అనర్థాలను ఆపడానికి నీ వంతు సాయం ఏమిటో ఆలోచించు,

చేతనైతే ఆదిశగా అడుగులు వేసి సాయం అందించు,

నువ్వు కోరుకున్న వ్యక్తిని రాజుగా మార్చు, అతనూ మారకపోతే,

మళ్లీ రాజుని మార్చు, అప్పటికీ సాధ్యం కాకపోతే నువ్వే రాజుగా మారు,

నీకు ఏది కావాలో, నువ్వు దేన్నైతే కష్టం అను కుంటున్నావో దాన్ని తొలగించు,

అప్పుడే ఈ సమాజం మారి నీలాగా నీ తరువాతి తరం ఆలోచించకుండా,

దోపి గురించి కాక దోషం పోయే నీ మార్గంలో నడిచి,

ఈ దేశాన్ని, ఈ సమాజాన్ని ఆనందమయం చేస్తారు...

- **డా. శ్రీనివాసరావు సూరిశెట్టి**

47

ఎవరి మీద నా పోరాటం...???

నా పోరాటం... ఈ వ్యవస్థ మీద నా పోరాటం,

సెక్యులరిజం అని చెప్పుకొంటూ నా పేద హిందువుకు జరిగే అన్యాయంపై నాపోరాటం,

పేద ముస్లిం లకు రంజాన్ తోఫాలు ఇస్తారా,

పేద క్రైస్తవులకు క్రిస్మస్ బహుమతులు ఇస్తారా,

ఇవ్వండి మంచిదే పేద వారికి సాయం చేయడం,

వారి ఇంట్లో వారి పండగ సందడి జరగడం మంచిదే,

మరి పేద హిందువులకు ఉగాది బహుమతి ఏదీ,

మరి పేద హిందువులకు దీపావళి తోఫా ఏదీ,

సెక్యులరిజం అంటే ఒక మతాన్ని దూరం చేసి చూడటమా,

పేద ముస్లింలు వారి ప్రార్థనా స్థల సందర్శనకు ధన సాయం చేస్తారా,

పేద క్రైస్తవులకు వారి ప్రార్థనా స్థల సందర్శనకు ధన సాయం చేస్తారా,

మరి పేద హిందువులకు షిరిడీ పోవడానికి సాయం చేయరే,

మరి పేద హిందువులకు తిరుపతి వెళ్ళడానికి సాయం చేయరే,

పైగా వందల రూపాయలు దర్శన టిక్కెట్లు పెట్టి పీల్చుకు తింటారా,

ఏనాడైనా పేద హిందువు తిరుపతి వెళ్ళాలి అంటే,

బస్సులో కానీ, రైలులో కానీ ఏ మాత్రం డిస్కౌంట్ ఇచ్చారా టికెట్ మీద,

పైగా మాట్లాడితే సెక్యులరిజం అంటూ నోరు మూయిస్తారా,

అందుకే నా పోరాటం ఏ ఇతర మతాలతో కాదు,

హిందువుగా పుట్టి, హిందువుగా పెరిగి, హిందువు ఓటు వేస్తే,

రాజ్యాధికారానికి వచ్చి నా హిందువులకు ద్రోహం చేసే ప్రభుత్వాలతో,

ఏనాడు అయితే ఒక పార్టీ ధైర్యంగా నేను హిందువుల ఓట్లతో గెలిచాము,

అని ధైర్యంగా చెప్పుకొని హిందువుల బాగు కోసం అహర్నిశలు పాటుపడితుందో,

ఆరోజు నేను నమ్ముతాను అసలైన సెక్యులరిజం అంటే ఏమిటో,

పేద వాళ్ల సంక్షేమం కోసం పాటు పడండి కానీ,

వాళ్ళు మైనారిటీలా, మెజారిటీలా అని తారతమ్యాలు చూపకండి,

నిజమైన పేద వాడు ఎవరైనా కానీ అతనికి సాయం చేయండి,

సెక్యులరిజం అనే పదాన్ని మతానికి కాక వారి పేద తనాన్ని బట్టి చూపండి,

అప్పుడే నిజమైన సెక్యులరిజంలో బ్రతుకుతున్నట్లు,

అందుకే నా పోరాటం వ్యక్తుల పైన కాదు వ్యవస్థ మార్పు పైనా...

-   డా. శ్రీనివాసరావు సూరిశెట్టి

48

ఏది గొప్ప....ఎవరు గొప్ప???

నా మతం నాకు గొప్ప,

నా కులం నాకు గొప్ప,

నా దేవుడు నాకు గొప్ప,

నా దేశం నాకు గొప్ప,

నేను నమ్మే సంస్కృతి నాకు గొప్ప,

నేను పాటించే ఆచారాలు నాకు గొప్ప,

నేను జరుపుకొనే పండుగలు నాకు గొప్ప,

నేను వేసే వస్త్రధారణ కూడా నాకు గొప్ప,

ఇక్కడ నేను అంటే ఇది చదివే ప్రతి వారుకూడా,

నేను నమ్మే గొప్ప నువ్వు కూడా నమ్మాలి అంటే,

నీకు ఆ నమ్మకం నేను మాత్రమే కలిగించాలి,

నీలో, నీ మతంలో, నీదేశం లోని గొప్ప నువ్వు చూసినంత,

స్పష్టంగా నువ్వు అనుకునే వారు కూడా నమ్మాలి,

అలా అనుకుంటున్నారు కాబట్టే, అలా నమ్మకం కుదిరింది కాబట్టే,

ఈ రోజు పాశ్చాత్యులు సైతం హరే రామ హరే కృష్ణ అంటూ,

ఈ భారతావని వైపు అడుగులు వేస్తున్నారు కాదంటారా???

నా దేవుడు చాలా గొప్ప, అయినా ఆయన గురించి నేను ఏమి చెప్పగలను,

నా మతం నుంచి, నా దేవుడిని కాదు అని ఇతర మతాలలో పోయిన వారికి కూడా,

వారికి కష్టం వస్తే వారు కోరుకున్న రూపంలో మారి వారికి కూడా మంచే చేస్తాడు,

అంతే కానీ నువ్వు వేరే దేవుడితో వెళ్ళావు అంటూ వారిని ఆక్షేపించడు,

అలా చేస్తే ఆయన నా గొప్ప దేవుడే కాదు అందుకే నాకు నా దేవుడు గొప్ప మరి,

ఇప్పటిదాకా మీరు చదివినవి అన్నీ నావి గొప్ప అని చెప్పాను కానీ,

నీ మతం గొప్పది కాదు, నీ దేశం గొప్పది కాదు, నీ దేవుడు గొప్పకాదు అని చెప్పలేదు,

ఎందుకంటే నా మతాన్ని ఆరాధించు, ఎదుటి వారి మతాన్ని గౌరవించు,

అని నొక్కి వక్కాణించి చెప్పే మతం నాది, దేశం నాది కాబట్టి,

ఓం నఃశివాయ, ఓ ప్రభువా, యా అల్లాహ్ లో అన్నిటిలోనూ....

ఓంకారాన్ని చూడమని చెప్పే మతం నాది, దేశం నాది కాబట్టి,

దీనిని మీరు సెక్యులరిజం అంటారో,

ఎదుటివారిని విమర్శించే ధైర్యం లేని పిరికి వాడు అంటారో,

లేదా కుండ బద్దలు కొట్టినట్లు చెప్పినందుకు నక్సలైట్ అంటారో,

నాకు మాత్రం తెలియదు కానీ నాకు మాత్రం నేను గొప్ప, నా వన్నీ నాకు గొప్ప🙏🙏🙏

- డా. శ్రీనివాసరావు సూరిశెట్టి

49

విమర్శ....???

తనకు నచ్చని విషయాన్ని నిర్ద్వందంగా బయటకు చెప్పేది,

విమర్శించడం వరకు ఓకే, పరవాలేదు ఎందుకంటే వాక్స్వాతంత్రం అందరిదీ,

అదే విమర్శ మన పైన చేసేటప్పుడు దానిని స్వీకరించే గుణం వుంటేనే,

అప్పుడు మన విమర్శ గురించి మాట్లాడవచ్చు, విమర్శ చేయవచ్చు,

అంతేగానీ నువ్వు ఎదుటివారిని విమర్శించి మళ్ళీ నిన్ను విమర్శించే వారిని,

ఏ మాత్రం ఉపేక్షించబోమని చెప్పడం ఎంత వరకు కరెక్ట్,

ఇప్పుడు ఎవరిని విమర్శిస్తే ఎవరు ఊరుకుంటారు అని,

దేశం మీద, దేశానికి స్వాతంత్రం తెచ్చిన నాయకుల మీద చేస్తూ,

ఇదిగో ఇదే సాక్ష్యం, ఈయన ఇంత దుర్మార్గుడు అని విమర్శిస్తూ వుంటే,

ఒక దేశానికి జాతిపిత, మహాత్ముడు కావాలంటే అంత సులభమా,

అదేదో ప్రభుత్వం ఇచ్చే బిరుదులు కాదు, అంత సులువుగా వచ్చేవి కాదు,

ఎన్నో త్యాగాలు, ఎన్నో పోరాటాలు చేయాల్సి వుంటుంది,

అప్పటి పరిస్థితులను బట్టి ఆయనకు అదే కరెక్ట్ అయివుంటుంది,

దానిని ఇప్పుడు పట్టుకొని చరిత్రను విమర్శిస్తే ఏమి వస్తుంది,

అసలు అంత మహానుభావులను విమర్శించడానకి మనకి అర్హత వుందా,

వాళ్ళతో పోల్చుకుంటే మనం ఒక శాతం అన్నా దేశం కోసం త్యాగం చేశామా???

ఒక్కసారి ఆలోచించండి, విమర్శమంచిదే కానీ దానికీ ఒక అర్హత వుండాలి,

లేదు నా ఇష్టం నేను ఎవరినైనా విమర్శిస్తాను అంటారా మీ ఇష్టం,

ఇప్పుడు మన దేశాన్ని విమర్శించడం కూడా అందరికీ ఫ్యాషన్ అయిపోయింది,

మన దేశం ఇంతే, మన వాళ్ళు మారరు, వీళ్ల తెలివి తక్కువతనం మారదు అంటూ,

దేశం అంటే ఎవరు???నువ్వు లేవా అందులో, అదేదో

మార్పు ముందు నీనుంచి ప్రారంభించు,

నువ్వు మారి ఇతరులను మార్చి నీ దేశాన్ని మార్చలేవా???

దేశం దేశం అంటూ విర్రవీగే నీకు ఆమాత్రం బాధ్యత లేదా?

అది గాలికి వదిలేసి వాడు మారడు, వీడు మారడు ఈ దేశం మారదు అంటూ,

దేశాన్ని వదిలి వెళ్ళిపోతూ వుంటే ఇక దేశం ఎలా మారుతుంది,

మన బాధ్యత మనం గుర్తుపెట్టుకొని, మన ప్రయత్నం మనం చేసి,

ఇంకా మారలేదు అన్నా మళ్ళీ గట్టిగా కృషి చేయాలి మార్పు కోసం,

మార్పు అన్నది ఒక్క రాత్రిలో సంభవించే అద్భుతం కాదు,

కనుక విమర్శలు మాని ముందు ఆ మార్పు ఏదో నీలో తేవడానికి ప్రయత్నించు మిత్రమా!!!

- డా. శ్రీనివాసరావు సూరిశెట్టి

50

నా భరత సంస్కృతి....???

మహమ్మదీయులు ఎక్కడికి వెళితే అది వారి దేశమై పోతే,
అక్కడి సంస్కృతి సాంప్రదాయాలు మంట గలిసే,
క్రిష్టియన్ లు ఎక్కడ అడుగిడితే అది వారి దేశమై పోయే కదా,
కానీ ఎందరో మహమ్మదీయ రాజులు వందల ఏళ్ళు పాలించినా,
మరెందరో ఆంగ్ల రాజులు ఇంకొన్ని వందల ఏళ్ళు పాలించినా,
నా దేశ సంస్కృతి సాంప్రదాయాలు మాత్రం చెక్కు చెదరలా!!!
నా కట్టుబాట్లు, నా మత సాంప్రదాయాలు ఎవరూ తాకలేనివి,
ఈ నాడు సైన్స్ అంటూ ఏవో ప్రయోగాలు చేసి కనిపెట్టినవి,
వందల ఏళ్ల నాడు మన ఋషులు లిఖించినవే గ్రంథాలలో,
భూమి గుండ్రంగా ఉందని, బల్ల పరుపుగా ఉందని కొట్టుకొనే రోజుల కంటే ముందు,
భూమి దాని చుట్టూ తిరిగే గ్రహాల గమనాన్ని సైతం
గుర్తెరిగిన వాడు భారతీయుడు,

కౌముది కాంతి లాంటి కుటుంబ బంధాలు,

కలిసి ఉండే మనసులే మా గొప్ప సంపదలు,

భక్తితో పొంగే ఆలయ శబ్దాలే మాకు ప్రేరణ,

భారత మాత పాదాలే మాకు శరణం,

నా సంస్కృతి నా గర్వం, నా అంతఃకరణం,

ప్రతీ శ్వాసలోనూ నాటివుండే అర్థవంతమైన జీవనరహస్యం,

నాదేశ కుటుంబ నిర్మాణం ప్రపంచానికి ఆదర్శమైన వేళ,

నా దేశ పలకరింపు "నమస్కారం" విశ్వ వ్యాప్తమైన వేళ,

ఎన్ని జాతులు, ఎన్నో మతాలు, మరెన్నో కులాలుగా ఉన్నా కూడా,

భిన్నత్వంలో ఏకత్వాన్ని చాటి చెప్పిన గొప్పదేశం నా దేశం,

తల్లి తండ్రుల పట్ల గౌరవం, పిల్లల పట్ల ప్రేమలు వెల్లి విరిసేది నా భరత గడ్డపైనే,

హాని తలపెట్టిన శత్రువును సైతం అక్కుర చేర్చు కోవడం మా మతం,

నా దేశానికి సహనం దేశద్రోహులను సైతం క్షమించేటంతా,

నా దేశ సంస్కృతికి ఎన్ని ఆటుపోట్లు వచ్చినా అవి క్షణికాలే,

ఇలా వచ్చి అలా వెళ్ళి పోయే అలలా ఉండి, తిరిగి ప్రశాంత మైన సంద్రములా,

రాముడు, కృష్ణుడు, బుద్ధుడు లాంటి ఎందరో మహాత్ములు జన్మనిచ్చి,

మరెందరో మహానుభావులను సైతం ప్రపంచానికి
అందించడానికి,

ఎల్ల వేళలా సంసిద్ధంగా వుండే నాదేశం, నా సంస్కృతిల,
గొప్పదనం గురించి ఈ చిన్న మాటల్లో చెప్పనలవి
అవునా మిత్రమా!!!

$\qquad$ - డా. శ్రీనివాసరావు సూరిశెట్టి